U0906814

京族喃字歌集

# 京族史歌

苏维芳　苏凯　编著

Gvangjsih Minzcuz Cuzbanjse
广西民族出版社

**图书在版编目（CIP）数据**

京族史歌 / 苏维芳，苏凯编著. —南宁：广西民族出版社，2019.6
（京族喃字歌集）
ISBN 978-7-5363-7287-0

Ⅰ. ①京… Ⅱ. ①苏… ②苏… Ⅲ. ①京族—民歌—作品集—中国 Ⅳ. ①I277.298.2

中国版本图书馆CIP数据核字（2019）第098950号

JINGZU SHIGE
**京族史歌**
苏维芳 苏 凯 编著

责任编辑：宾伟贤 卢悦宁
装帧设计：文 雯
责任校对：庞丽明
责任印制：黄绍红
出版发行：广西民族出版社
地址：广西南宁市青秀区桂春路3号 邮编：530021
电话：0771-5523216 传真：0771-5523225
电子邮箱：bws@gxmzbook.com
印 刷：广西民族印刷包装集团有限公司
规 格：889毫米×1194毫米 1/16
印 张：8
字 数：200千
版 次：2019年6月第1版
印 次：2019年6月第1次印刷
书 号：ISBN 978-7-5363-7287-0
定 价：48.00元

# 前　言

京族是我国56个民族中人口较少的民族，现有人口2.8万，主要分布在东兴市江平镇。

京族的祖先大约在公元16世纪初由如今越南境内的涂山、清化、宜安等地陆续迁移过来，最先居住在江平镇附近的寨头村，后来才逐渐向沥尾、巫头、山心、潭吉等地发展。清朝光绪元年（1875年）沥尾村订立的乡约说："承先祖父，洪顺三年，贯在涂山，漂流到此……立居乡邑，壹社贰村，各有亭祠。"洪顺三年是越南后黎封建王朝的年号，即公元1511年，为中国明朝武宗正德六年。沥尾村（古时叫福安村）阮进余（男，2004年9月去世，享年94岁）从哈亭旧祭文中辑出"洪顺三年，贯在涂山，漂落福安，立居乡邑"编成了沥尾京族简史歌。另据人口较多的阮、刘二姓的长者追述，他们的祖先原住越南吉婆岛，后迁到越南涂山沿海以打鱼为生。有一次，他们在北部湾追鱼群来到巫头岛（当时叫米山岛，后又叫米木山岛），看到这里荒无人烟，又有较好的渔场，便定居下来，至今十七八代了，以每代25年计算，也有近500年的历史。这与上述乡约所记基本一致。山心史歌说："祖先原住涂山地，捕鱼来到白龙（白龙是江山半岛的白龙尾海面——编者注）里。……大风大浪寻岸避。……经过几座小山头，近处便是山心岛。"由此可见，山心的先祖也是从涂山迁来的。从越南清化、宜安等地来到北部湾畔潭吉、红坎的京族也有近400年的历史，而迁移至恒望、米漏、竹山的京族才有100多年的历史。据恒望村京族老人说，他们从清化打鱼迁移到江平班埃村住了一年，那里住不惯，后转到这里，已有100多年的历史，现有黎、阮、陶、陈等姓85户400多人。

京族过去称为越族。1958年根据本民族的意愿，经国务院批准，正式定名为"京族"。目前京族大部分聚居在东兴市江平镇的沥尾、山心、巫头三个海岛（素称"京族三岛"）上。经围海造田，如今三岛都与陆地相连成为半岛，但人们仍习惯称为"京族三岛"或"京岛"。京族其余少数人口杂居或散居在江平镇上以及周边的潭吉、红坎、米漏、恒望和竹山等村。

京族是一个以海洋渔业为生的少数民族，海洋可以说是京族人的衣食父母，所以京族最初信奉的神灵与海洋密切相关，形成了供奉镇海大王、海公、海婆等神灵的自然崇拜。由于海上风云变幻莫测，家人出海平安归来也成了京族人最虔诚的祈祷。因此，镇海大王便成为能保佑渔业丰收、出海平安的神灵，京族人对其倍加崇拜。京族人民也崇拜祖先，认为祖先灵魂不死，能保佑本族的子孙安宁繁盛，因此京族后代子孙每年都要隆重祭拜祖先。京族因信仰道教、佛教而形成的具有民族特色的民间信仰，有哈亭供奉诸神、京家祖先，有禅寺供奉观音菩萨，有庙供奉观音老母、柳杏公主、水晶公主等，体现了京族信仰习俗的多元化。他们尊传统道教的道、经、师为“三宝”，也尊佛教的佛、法、僧为“三宝”，所诵经文也是道佛相杂的。京族法师是道佛兼济的，既尊奉道教、佛教的神灵，也崇拜民族的民间诸神。京族的民间宗教信仰主要是道教。

在过去，京族三岛是孤岛，四面环水，退潮时才能与大陆往来，交通不便，水多田少，粮食不够吃，主要靠手摇竹排出海打鱼为生。由于交通不便，捕捞到的海产品只能低价出售或根本卖不出去，常常拿到江平、江龙换些粮油，或拿到山区交换木薯、玉米，以解决缺少粮食的困难。“终年番薯芋头粮，荒月更是苦难尝”，大多数京族人极其贫困，缺衣少粮，只能住在茅房里。

京族是一个勤劳勇敢和富有革命传统的民族，数百年来，京族人民和壮、汉族人民一起以勤劳的双手和无穷的智慧建设和保卫了美丽的家园。同时，富有爱国主义传统的京族人民，在反对帝国主义、封建主义、官僚资本主义，以及与各种强盗的斗争中，为保家卫国，做出了一定的贡献。1840年鸦片战争爆发之后，京族统领苏光清组织乡民奋起反抗，驱逐了西洋鸦片船的入侵。他还团结带领乡民抗击各种敌贼，保乡卫民。清王朝后期，法帝国主义侵占越南，魔爪伸到中国的京族聚居区。京族英雄杜光辉在1873—1884年组织义军，参加抗法黑旗军，与壮、汉、瑶各族人民奋起自卫，转战在中越边境线上，保乡保国。他还曾奔援越南芒街等地，和越南的抗法志士并肩作战，反击侵略者。

京族人民以自己的聪明才智、辛勤劳动以及勇敢开拓的精神，创造了无比灿烂的民族历史文化。京族人民向往幸福，热爱劳动，善于唱歌。他们的歌从心灵里流出，以充沛的感情来讴歌民族历史和表达美好的愿望。他们的歌丰富多彩，俯拾皆是，这里所收集和整编的《京族史歌》，仅仅是整个“歌海”中的一粟。

这部《京族史歌》是编者从2002年4月开始采集的。我们认为收集这些京族传统的历史文化资料具有珍贵的历史文化价值。所以，当年4、5月间做了大量繁杂的工作，特别是在收集巫头史歌和山心史歌的过程中，先后十次走访了巫头村和山心村，对村里的老人进行史歌采集。在巫头村，还曾召开一次有八位老人参加的座谈会，从中收集到很多内容丰富的史歌。这部《京族史歌》包括《沥尾京族简史》等八篇史歌。通过这部史歌，人们可以基本了解京族社会的历史文化。为了传承京族喃字，让懂喃字和越南语的人能读会唱史歌，编者将其编译成喃字、越南语和汉语三种文字。其中苏凯同志协同校译中文。由于文化水平有限，在收集、整理、编写和翻译中，难免存在不足之处，敬请读者与专家批评指正。

编者

2019年6月

# 目　录

CONTENTS

# 沥尾京族简史

**喃字原文：**𡎝𢚸𢪀吏𠁀𠸗，
**越南语译：**Ngồi buồn nghĩ lại đời xưa,
**汉语意译：**闲来坐谈古代时，

**喃字原文：**吒翁傳吏羅𠊛涂山。
**越南语译：**Cha ông truyền lại là người Đồ-Sơn.
**汉语意译：**越南涂山[①]是祖籍。

**喃字原文：**自𠁀洪順三年，
**越南语译：**Từ đời Hồng Thuận tam niên,
**汉语意译：**洪顺三年[②]的一天，

**喃字原文：**吒翁流落福安準尼。
**越南语译：**Cha ông lưu lạc Phúc-Yên chốn nay.
**汉语意译：**先祖漂到福安[③]邑。

**喃字原文：**初來庄别東西，
**越南语译：**Sơ lai chẳng biết Đông Tây,
**汉语意译：**初来方向实难分，

**喃字原文：**四圍海水𡨌𠶋山林。
**越南语译：**Tứ vi hải thủy giữa rày sơn lâm.
**汉语意译：**四面海水岛林浓。

**喃字原文：**於数㖰噲寅寅，
**越南语译：**Ở lâu thăm hỏi dần dần,
**汉语意译：**先行落脚后探询，

**喃字原文：**𩈘南大海東𧵆白龍。
**越南语译：**Mặt nam đại hải đông gần Bạch-Long.
**汉语意译：**才知东边是白龙。

**喃字原文：**西時押界竹山，
**越南语译：**Tây thì giáp giới Trúc-Sơn,
**汉语意译：**西面竹山界相接，

**喃字原文：**北時潭吉渃洏趍戈；
**越南语译：**Bắc thì Đầm-Cát nước ròng đi qua;
**汉语意译：**北边潭吉是邻里；

**喃字原文：**𣷭䏾棱楸仍砢，
**越南语译：**Bãi trong rừng thú những hà,
**汉语意译：**红树蚝蛎满海滩，

**喃字原文：**渃洏螯岈蝛螃𡗉咍。
**越南语译：**Nước ròng ngao ngán cua còng nhiều thay.
**汉语意译：**潮落更多蟹蛤蜊。

**喃字原文：**於𨑜特姅𢆥遲，
**越南语译：**Ở xuống được nửa năm chầy,
**汉语意译：**在此居住半年间，

**喃字原文：**𣷭㧣䱉鮎𣈜𣈜增加；
**越南语译：**Bãi Ngoài tôm cá ngày ngày tăng gia;
**汉语意译：**鱼虾多来南海上；

**喃字原文：**𪽏爲空𨷯空茹，
**越南语译：**Bởi vì không cửa không nhà,
**汉语意译：**人随船漂无定所，

**喃字原文：**𣈜時𣋚曩𣎏陀淫霜。
**越南语译：**Ngày thì phơi nắng đêm đà dầm sương.
**汉语意译：**日浴太阳夜宿霜。

**喃字原文：**共繞會議商量，
**越南语译：**Cùng nhau hội nghị thương lượng,
**汉语意译：**大伙会集共商量，

**喃字原文：**𠝖核𦝄𦹵𠫾茹買衝。
**越南语译：**Chém cây cắt cỏ làm nhà mới xong.
**汉语意译：**决定在此建草房。

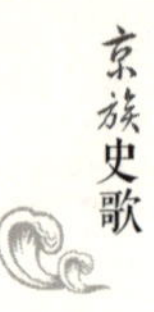

**喃字原文：**𠊛𠊛熱烈没悉，
**越南语译：**Người người nhiệt liệt một lòng,
**汉语意译：**众人心归一处想，

**喃字原文：**几時𠝹𦽸𠊛時㓞核。
**越南语译：**Kẻ thì cắt cỏ người thì chém cây.
**汉语意译：**你去砍树我扎墙。

**喃字原文：**共繞勞力𪰂𣈜，
**越南语译：**Cùng nhau lao lực đêm ngày,
**汉语意译：**大家辛苦日夜干，

**喃字原文：**㓞核𠝹𦽸𫜵𣦍𨷯茹。
**越南语译：**Chém cây cắt cỏ làm ngay cửa nhà.
**汉语意译：**砍树割草来建房。

**喃字原文：**路陳𣎃院𣈜戈，
**越南语译：**Lần chần tháng vẹn ngày qua,
**汉语意译：**日月如梭消逝去，

**喃字原文：**𣎃時戈𣎃𢆥陀戈𢆥。
**越南语译：**Tháng thì qua tháng năm đà qua năm.
**汉语意译：**光阴似箭时间忘。

**喃字原文：**包賒茹𨷯𫜵衝，
**越南语译：**Bao giờ nhà cửa làm xong,
**汉语意译：**房屋终于立建成，

**喃字原文：**欺湄欺曩固茹疑宜。
**越南语译：**Khi mưa khi nắng có nhà nghỉ ngơi.
**汉语意译：**遮风挡雨有地方。

**喃字原文：**圭鄉遠隔賒涸，
**越南语译：**Quê hương viễn cách xa khơi,
**汉语意译：**原来故乡相隔远，

**喃字原文：** 吏低慣屬時𠊛坦些。
**越南语译：** Lại đây quen thuộc thì nơi đất ta.
**汉语意译：** 如今此地是家乡。

**喃字原文：** 共繞團結没茹，
**越南语译：** Cùng nhau đoàn kết một nhà,
**汉语意译：** 大家团结如一家，

**喃字原文：** 由麻飯餒拱𠃣捕繞。
**越南语译：** Dù mà no đói cũng đừng bỏ nhau.
**汉语意译：** 纵然饥馑也不怕。

**喃字原文：** 共繞自𨀈𦤾𢗼，
**越南语译：** Cùng nhau từ trước đến sau,
**汉语意译：** 共同发誓相帮衬，

**喃字原文：** 打䱍扒魰拱羅集中。
**越南语译：** Đánh tôm bắt cá cũng là tập trung.
**汉语意译：** 集中捕捞分鱼虾。

**喃字原文：** 𠊛𠊛生活卒欣，
**越南语译：** Người người sinh hoạt tốt hơn,
**汉语意译：** 人们生活胜往年，

**喃字原文：** 固咹固默調羅恄鮮。
**越南语译：** Có ăn có mặc đều là vui tươi.
**汉语意译：** 丰衣足食心里甜。

**喃字原文：** 固𠊛於𢤞吶浪：
**越南语译：** Có người ở chán nói rằng:
**汉语意译：** 住久有人生怨言：

**喃字原文：** 於低咹俸禄之？
**越南语译：** Ở đây ăn bổng lộc gì?
**汉语意译：** 在此得享啥俸禄？

**喃字原文：**禄椿時喷禄蓏時𦟐。
**越南语译：**Lộc thung thì chát lộc thi thì già.
**汉语意译：**椿树绿涩榕叶老。

**喃字原文：**固䏧答咗呐黜：
**越南语译：**Có người đáp lời nói ra:
**汉语意译：**有人即时回答言：

**喃字原文：**"於低仍趣愮仙，
**越南语译：**"Ở đây những thú vui tiên,
**汉语意译：**"此地是处好仙景，

**喃字原文：**於低𠬠湴𢭲錢𧷸咹。"
**越南语译：**Ở đây làm biển lấy tiền mua ăn."
**汉语意译：**捕鱼谋生乐悠然。"

**喃字原文：**共饒於特进𢆥，
**越南语译：**Cùng nhau ở được mười năm,
**汉语意译：**居住正在十年时，

**喃字原文：**人物耗損湴時空滈。
**越南语译：**Nhân vật hao tổn biển thì không khao.
**汉语意译：**海产减收人损失。

**喃字原文：**䏧䏧欺帝㤕悴，
**越南语译：**Người người khi đấy xôn xao,
**汉语意译：**人们心里有焦虑，

**喃字原文：**几呐𬰹怒䏧盤𬰹箕。
**越南语译：**Kẻ nói thế nọ người bàn thế kia.
**汉语意译：**聚在一起齐叹息。

**喃字原文：**於兜拱固神皇，
**越南语译：**Ở đâu cũng có thần hoàng,
**汉语意译：**无处不有鬼神皇，

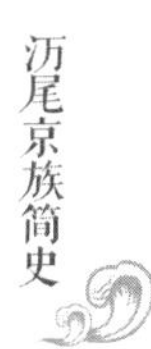

**喃字原文：**些黜慖限機澄𠃣牢？
**越南语译：**Ta ra khất hẹn cơ chừng làm sao？
**汉语意译：**祈祷期约试怎样？

**喃字原文：**扒没䂮猪缏𠓨，
**越南语译：**Bắt một con lợn trói vào，
**汉语意译：**杀猪一头来祭拜，

**喃字原文：**當天噷限𠀧𣈜買信。
**越南语译：**Đương thiên khấn hẹn ba ngày mới tin.
**汉语意译：**三天可否如愿偿。

**喃字原文：**𨎟時人物平安，
**越南语译：**Trước thì nhân vật bình yên，
**汉语意译：**先祈人丁六畜旺，

**喃字原文：**𢆥時魷鮘豐收買羅。
**越南语译：**Sau thì tôm cá phong thu mới là.
**汉语意译：**后求鱼虾堆满仓。

**喃字原文：**𣋚𣦰𣎃𦒹渚纙打黜，
**越南语译：**Mồng bảy tháng sáu chở lưới đánh ra，
**汉语意译：**六月初七把网撒，

**喃字原文：**撟𠓨魷鮘寔羅𤞻咍。
**越南语译：**Kéo vào tôm cá thật là nhiều thay.
**汉语意译：**满载而归喜洋洋。

**喃字原文：**打魷扒鮘落𣦍𠀧𣈜，
**越南语译：**Đánh tôm bắt cá đầy đủ ba ngày，
**汉语意译：**捉鱼捞虾连三天，

**喃字原文：**𠊚𠊚捃挭𠀧𣈜空𣌋。
**越南语译：**Người người khuân gánh ba ngày không ngơi.
**汉语意译：**忙了几夜不成眠。

**喃字原文**：𣈜迣𦝄𦒹折猪吹糯，
**越南语译**：Mồng mười tháng sáu giết lợn thổi xôi,
**汉语意译**：初十宰猪献糯饭，

**喃字原文**：撜𨖲者禮𠸦𠳚神王，
**越南语译**：Dâng lên giả lễ khấn mời thần vương,
**汉语意译**：奉上祭品许诺言，

**喃字原文**：𨎟𠳚大海龍王，
**越南语译**：Trước mời Đại Hải Long Vương,
**汉语意译**：首先拜请海龙王，

**喃字原文**：𡢐時𢠩願地方神皇。
**越南语译**：Sau thì khấn nguyện địa phương thần hoàng.
**汉语意译**：二祈地方众神皇。

**喃字原文**：次𠀧𢠩願祖堂，
**越南语译**：Thứ ba khấn nguyện tổ đường,
**汉语意译**：三求诸家各祖堂，

**喃字原文**：共同獻飲度持人間。
**越南语译**：Cùng đồng hiến ẩm độ trì nhân gian.
**汉语意译**：赐福人间万年长。

**喃字原文**：自妬人物平安，
**越南语译**：Từ đó nhân vật bình yên,
**汉语意译**：此后人畜得平安，

**喃字原文**：𣳔𣷷豐富每年没吝。
**越南语译**：Bãi biển phong phú mỗi niên một lần.
**汉语意译**：海产丰收按惯例[④]。

**喃字原文**：私家設立祖堂，
**越南语译**：Tư gia thiết lập tổ đường,
**汉语意译**：家家都立祖神堂，

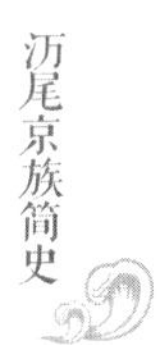

**喃字原文：** 廊時亭廟厨㕔立𥱬。
**越南语译：** Làng thì đình miếu chùa chiền lập nên.
**汉语意译：** 村村建起庙亭祠。

**喃字原文：** 自衣人物盛强，
**越南语译：** Từ ấy nhân vật thịnh cường,
**汉语意译：** 财物丰盛生活好，

**喃字原文：** 人丁盛旺增加𡗉𠊛。
**越南语译：** Nhân đinh thịnh vượng tăng gia nhiều người.
**汉语意译：** 人丁兴旺年胜年。

**喃字原文：** 每𢆥𣎃𦒹𣎃进，
**越南语译：** Mỗi năm tháng sáu mồng mười,
**汉语意译：** 每年六月初十始，

**喃字原文：** 折猪祭禮咹制余𣈜。
**越南语译：** Giết lợn tế lễ ăn chơi mấy ngày.
**汉语意译：** 唱哈祭祀乐数天。

**喃字原文：** 計𠚢进余𠁀尼，
**越南语译：** Kể ra mười mấy đời nay,
**汉语意译：** 综计历时十几代，

**喃字原文：** 前繼後接蹺㑏涂山。
**越南语译：** Tiền kế hậu tiếp theo nòi Đồ-Sơn.
**汉语意译：** 前继后接涂山传。

**喃字原文：** 共繞誓説㐌𡗉，
**越南语译：** Cùng nhau thề thuyết đã nhiều,
**汉语意译：** 大家同心共发誓，

**喃字原文：** 戈岸越𣷭䃅𡊲坦尼。
**越南语译：** Qua ngàn vượt bể nặng gieo đất này.
**汉语意译：** 克服困难建家园。

注释：

①涂山：越南海防市附近。“洪顺三年，贯在涂山，漂落福安”是作者从哈亭旧祭文中获知。（旧祭文在“文革”期间被烧毁）

②洪顺三年：洪顺是越南16世纪后黎封建王朝的年号，洪顺三年即公元1511年，相当于我国明朝武宗正德六年。

③福安：沥尾村旧村名。先祖迁居此岛后起的村名。

④按惯例：每年农历六月初十至十五日是例行的哈节。

说明：

《沥尾京族简史》由阮进余于新中国成立前编唱，当时苏锡权把他唱的歌词用喃字记录下来。

# 忆沥尾京族史

**喃字原文：**英媄京族些喂，
**越南语译：**Anh em kinh tộc ta ơi,
**汉语意译：**京家姐妹与兄弟，

**喃字原文：**寬[illegible]些引事情𣈜𣎃。
**越南语译：**Khoan giong ta dẫn sự tình đời xưa.
**汉语意译：**且听传唱古代史。

**喃字原文：**吒翁𪨈於涂山，
**越南语译：**Cha ông trước ở Đồ-Sơn,
**汉语意译：**先祖原籍在涂山，

**喃字原文：**𠫾𣷭扒魚買衛福安。
**越南语译：**Làm biển bắt cá mới về Phúc-Yên.
**汉语意译：**打鱼来到福安地。

**喃字原文：**𪨈箕買𦤾空園，
**越南语译：**Trước kia mới đến không vườn,
**汉语意译：**初来岛上无田地，

**喃字原文：**充𩖓時𣷭𡧲時山林。
**越南语译：**Xung quanh thì bể giữa thì sơn lâm.
**汉语意译：**海环岛沿林茂密。

**喃字原文：**聰瞷猪猿怒吟，
**越南语译：**Tai nghe hươu vượn nó gầm,
**汉语意译：**鹿鸣猿啼声入耳，

**喃字原文：**鴶叫猿唿吏添𢙱愁。
**越南语译：**Chim kêu vượn hót lại thêm buồn sầu.
**汉语意译：**鸪叫猩呼添愁绪。

**喃字原文：**圭鄉遠隔䟆賒，
**越南语译：**Quê hương viễn cách dặm xa,
**汉语意译：**故土远隔千万里，

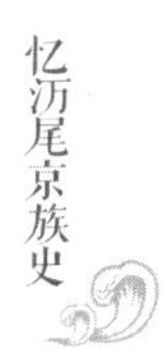

喃字原文：吏低𬃶根開花坦尼。
越南语译：Lại đây mọc rễ khai hoa đất này.
汉语意译：生根开花在此地。

喃字原文：初來空𦤾𤾓𠊛，
越南语译：Sơ lai không đến trăm người,
汉语意译：初来不足一百人，

喃字原文：拱羅扒魪𢲣䲚過𣈜。
越南语译：Cũng là bắt cá mò tôm qua ngày.
汉语意译：靠海为业来度日。

喃字原文：脱頭咹於貝艨，
越南语译：Thoạt đầu ăn ở với xuồng,
汉语意译：吃住全在小船里，

喃字原文：𣈜𨅸唏曩𣋁覆唏湄。
越南语译：Ngày dựng che nắng tối úp che mưa.
汉语意译：日挡太阳夜遮雨。

喃字原文：𫜵𣷷𠫾𣋽衛𣌆，
越南语译：Làm biển đi sớm về trưa,
汉语意译：凌晨出海晌午回，

喃字原文：𨕭欺暴[illegible]METHOD諍湄𧁷[illegible]。
越南语译：Gặp khi bão táp tránh mưa khó rồi.
汉语意译：狂风暴雨经常遇。

喃字原文：𢀭𨖲蹎𣷷𫜵茬，
越南语译：Sau lên chân biển làm chòi,
汉语意译：后在海边建草房，

喃字原文：欺湄欺曩固茬疑𠉞。
越南语译：Khi mưa khi nắng có chòi nghỉ ngơi.
汉语意译：遮风挡雨有保障。

**喃字原文：**術𢖖𢜝賊尋摧，
**越南语译：**Về sau sợ giặc tìm tòi,
**汉语意译：**为躲贼人来打劫，

**喃字原文：**[illegible]切核發䠶𠓨𡎢𡧲棱。
**越南语译：**Chém cây phát nẻo vào nơi giữa rừng.
**汉语意译：**砍树开路进岛上。

**喃字原文：**𫜵茹踥賊𥪝棱，
**越南语译：**Làm nhà nấp giặc trong rừng,
**汉语意译：**林中扎寨隐盗贼，

**喃字原文：**哒𪟽𣹓𤲂𣹓𡧲𣹓𨕭。
**越南语译：**Đặt ra xóm dưới xóm giữa xóm trên.
**汉语意译：**一寨三村上下中。

**喃字原文：**𣹓𨕭户高户黄，
**越南语译：**Xóm trên họ Cao họ Hoàng,
**汉语意译：**上村有姓黄与高，

**喃字原文：**户裴户武於連共繞。
**越南语译：**Họ Bùi họ Vũ ở liền cùng nhau.
**汉语意译：**姓裴姓武住相同。

**喃字原文：**𣹓𡧲户梁户杜，
**越南语译：**Xóm giữa họ Lương họ Đỗ,
**汉语意译：**中村有姓杜姓梁，

**喃字原文：**户武吏固户蘇於共。
**越南语译：**Họ Vũ lại có họ Tô ở cùng.
**汉语意译：**姓苏姓武戚与共。

**喃字原文：**𣹓𤲂户阮户龔，
**越南语译：**Xóm dưới họ Nguyễn họ Cung,
**汉语意译：**下村有姓阮和龚，

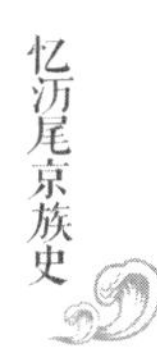

**喃字原文：** 户吴、羅、孔於共没𠁀。
**越南语译：** Họ Ngô, La, Khổng ở cùng một nơi.
**汉语意译：** 姓吴、罗、孔出入同。

**喃字原文：** 於数生産䫇𠊛，
**越南语译：** Ở lâu sinh sản nhiều người,
**汉语意译：** 父生子来子生孙，

**喃字原文：** 生活解决𠊛𠊛安心。
**越南语译：** Sinh hoạt giải quyết người người yên tâm.
**汉语意译：** 生活温饱心安稳。

**喃字原文：** 㗂吨泣歇賒斯，
**越南语译：** Tiếng đồn khắp hết xa gần,
**汉语意译：** 富庶声渐远扬传，

**喃字原文：** 於低固祖𠊛京𢇉錢。
**越南语译：** Ở đây có tổ người Kinh lắm tiền.
**汉语意译：** 有钱就数京族村。

**喃字原文：** 盜賊刧剝䫇旙，
**越南语译：** Đạo giặc cướp bóc nhiều phen,
**汉语意译：** 匪贼闻讯常来抢，

**喃字原文：** 揁𤛠揁猪吏添扒𠊛。
**越南语译：** Dắt trâu dắt lợn lại thêm bắt người.
**汉语意译：** 牵牛抓猪把人捉。

**喃字原文：** 返欺湃𣷭秩務，
**越南语译：** Gặp khi bãi biển mất mùa,
**汉语意译：** 遇到海产歉收年，

**喃字原文：** 空園空𦓿𥙩之餧繞。
**越南语译：** Không vườn không ruộng lấy gì nuôi nhau.
**汉语意译：** 无田无地难生活。

**喃字原文**：䊾𠊛停沛𨀈黜，
**越南语译**：Nhiều người đành phải đi ra,
**汉语意译**：多人迫得把家离，

**喃字原文**：扰身𨀈於侯下富家。
**越南语译**：Đem thân đi ở hầu hạ phú gia.
**汉语意译**：只为富人出体力。

**喃字原文**：爲𩟡離𨷶賖茹，
**越南语译**：Vì nghèo lìa cửa xa nhà,
**汉语意译**：离乡别井因家穷，

**喃字原文**：𨀈𫜵碎伵𠊛些邊外。
**越南语译**：Đi làm tôi tớ người ta bên ngoài.
**汉语意译**：外出为人当奴役。

**喃字原文**：奇𢆥蹕蹔庄安，
**越南语译**：Cả năm tất tưởi chẳng yên,
**汉语意译**：一年四季辛苦干，

**喃字原文**：𫜵𣩂𠸍特銅錢𣈗兜。
**越南语译**：Làm chết xác được đồng tiền nào đâu.
**汉语意译**：到头还是两手空。

**喃字原文**：身𠊛庄恪身𤛠，
**越南语译**：Thân người chẳng khác thân trâu,
**汉语意译**：生活负重如牛马，

**喃字原文**：丐份𩛂𤋾固兜𦤾𨉟。
**越南语译**：Cái phần no ấm có đâu đến mình.
**汉语意译**：奔波劳碌苦难中。

**喃字原文**：𠊛男𨀈𣷷𣈜𣋚，
**越南语译**：Người nam đi biển ngày đêm,
**汉语意译**：男人日夜去捕捞，

**喃字原文：** [illegible]POSTBACK

**越南语译：** Chèo sóng chém gió tìm tiền mà ăn.

**汉语意译：** 搏风击浪为生活。

**喃字原文：** 尨欺退几贼間，

**越南语译：** Nhiều khi gặp kẻ giặc gian,

**汉语意译：** 时常遇上海贼船，

**喃字原文：** 刼魰刼缍吏添打馱。

**越南语译：** Cướp cá cướp lưới lại thêm đánh người.

**汉语意译：** 抢鱼抢网把人捉。

**喃字原文：** 退敉打特魰衛，

**越南语译：** Gặp may đánh được cá về,

**汉语意译：** 幸遇海产好收成，

**喃字原文：** 錢稅錢例調時沛黜。

**越南语译：** Tiền thuế tiền lệ đều thì phải ra.

**汉语意译：** 苛捐杂税多花样。

**喃字原文：** 拱羅封建𫜵黜，

**越南语译：** Cũng là phong kiến làm ra,

**汉语意译：** 封建时代不平等，

**喃字原文：** 霸主壓迫馱饒苦身。

**越南语译：** Bá chủ áp bức người nghèo khổ thân.

**汉语意译：** 富了财主民遭殃。

**喃字原文：** 馱𣎏怒庄𦤾吝，

**越南语译：** Người giàu nó chẳng đến lần,

**汉语意译：** 当官没有穷人份，

**喃字原文：** 扒夫扒𠔦羅份貼些。

**越南语译：** Bắt phu bắt lính là phần của ta.

**汉语意译：** 捉丁充军年年送。

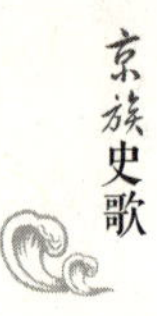

**喃字原文：**𨈒𩛜𦤾苦𫢩吧，
**越南语译：**Người nghèo đến khổ rồi va,
**汉语意译：**人穷就是命运苦，

**喃字原文：**𧼋恢𧼋技底麻餒掍。
**越南语译：**Đi hôi đi mót để mà nuôi con.
**汉语意译：**为了子女做苦工。

**喃字原文：**咹時垮琅垮掍，
**越南语译：**Ăn thì khoai lang khoai con,
**汉语意译：**终年番薯芋头粮，

**喃字原文：**𣎃𠀧𣈜𠔭吏群苦身。
**越南语译：**Tháng ba ngày tám lại còn khổ thân.
**汉语意译：**荒月更是苦难尝。

**喃字原文：**秕掍庄特學行，
**越南语译：**Trẻ con chẳng được học hành,
**汉语意译：**读书儿童无处去，

**喃字原文：**𨈒𢡮爫𧁷𠹾停疎忊。
**越南语译：**Người nhỏ làm khó chịu đành thơ ngây.
**汉语意译：**幼小便要把家当。

**喃字原文：**廊京空茹場柴，
**越南语译：**Làng Kinh không nhà trường thầy,
**汉语意译：**京族村邑无学校，

**喃字原文：**𨈒𥊣𡨸義甥尼被輕。
**越南语译：**Người mù chữ ngại thế nầy bị khinh.
**汉语意译：**没有文化被人笑。

**喃字原文：**封建輕汜𨈒京，
**越南语译：**Phong kiến khinh rẻ người kinh,
**汉语意译：**封建歧视小民族，

**喃字原文：**𠬠朱𠊛漢𠊛京不和。
**越南语译：**Làm cho người Hán người Kinh bất hoà.
**汉语意译：**汉京不和经常闹。

**喃字原文：**京族𠺥睹㵢洙，
**越南语译：**Kinh tộc chịu đủ chát chua,
**汉语意译：**京族辛酸味难尝，

**喃字原文：**恪如猑𩵜朱𠓨𥯌𧍋。
**越南语译：**Khác như con bớp cho vào giỏ cua.
**汉语意译：**有如乌鳢入蟹篮。

**喃字原文：**强擬吏强悴悽，
**越南语译：**Càng nghĩ lại càng xót xa,
**汉语意译：**越想心是越悲伤，

**喃字原文：**爲些貧窮麻些沛憤。
**越南语译：**Vì ta bần cùng mà ta phải hèn.
**汉语意译：**只因贫穷才苦难。

**喃字原文：**蒼𠬠照包羅襘，
**越南语译：**Rơm làm chiếu bao là chăn,
**汉语意译：**麻包是被草当席，

**喃字原文：**纫檷𠀧鲁撽㧅緆棱。
**越南语译：**Đeo guốc ba lỗ xỏ quai rợ rừng.
**汉语意译：**木屐孔上系山藤。

**喃字原文：**彈翁棟襪空裙，
**越南语译：**Đàn ông đóng khố không quần,
**汉语意译：**男人没裤只遮布，

**喃字原文：**彈婆裙衱靮綾緆绖。
**越南语译：**Đàn bà quần cạp thắt lưng rợ giềng.
**汉语意译：**妇人裤带束网绳。

**喃字原文：**咹旺吏糕貝𠊛，
**越南语译：**Ăn uống lại kém với người,
**汉语意译：**缺吃少喝人见离，

**喃字原文：**裙袮襖𧜖𠊛唭苦咍。
**越南语译：**Quần mê áo rách người cười khổ thay.
**汉语意译：**衣衫褴褛被人讥。

**喃字原文：**京族苦難𣈜尼，
**越南语译：**Kinh tộc khổ nạn xưa nay,
**汉语意译：**京族人民生活苦，

**喃字原文：**勸𡥵保𤤰𡢐尼渚愧。
**越南语译：**Khuyên con bảo cháu sau này chớ quên.
**汉语意译：**教子教孙不忘记。

**喃字原文：**實如渃波湖茫，
**越南语译：**Thật như nước bể mênh mang,
**汉语意译：**有如滔滔大海水，

**喃字原文：**澗溚渃相𠊛𧹅𣴓黜。
**越南语译：**Giàn đầy nước mắt người nghèo tuôn ra.
**汉语意译：**溢满滴滴血泪史。

说明：

《忆沥尾京族史》是由阮进余、杜玉光（男，81岁）两位老人于20世纪60年代编唱的。原是各编各唱的，收集整理后合编一起。虽然个别地方难以接合，但两位老人的歌词反映了京族部分历史，特别是封建时代京族的苦难史。

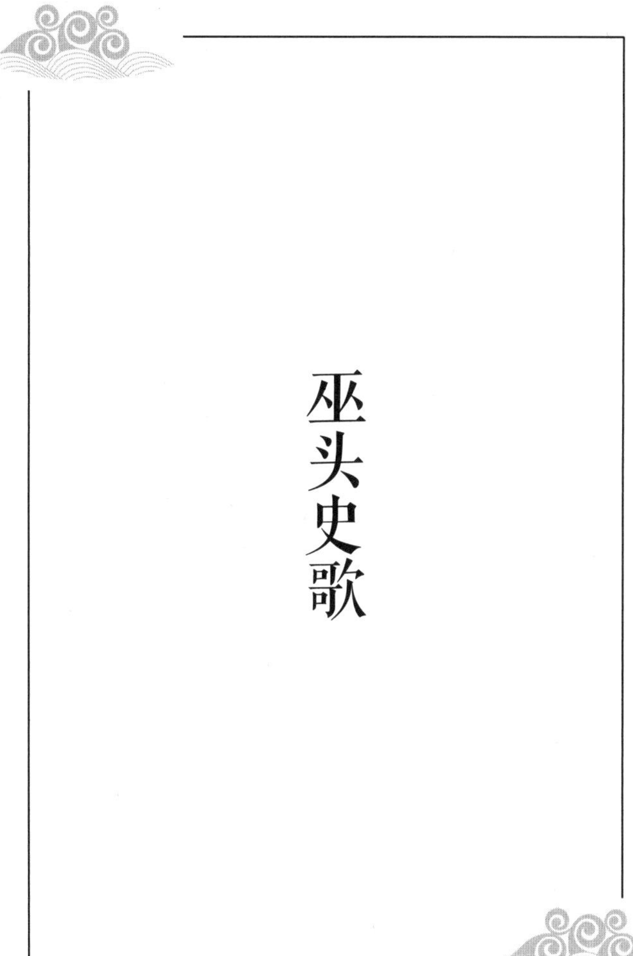

# 巫头史歌

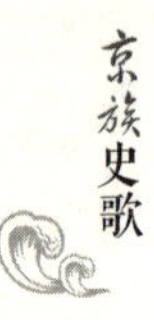

**喃字原文：** 祖先些於涂山，
**越南语译：** Tổ tiên ta ở Đồ-Sơn,
**汉语意译：** 祖先籍贯是涂山，

**喃字原文：** 蹺彈魜𩵜吏𨖲頭滩。
**越南语译：** Theo đàn cá sủ lại lên Đầu-Dồi.
**汉语意译：** 追鱼来到白龙[①]湾。

**喃字原文：** 𣎃𠀧𣈜𠔭余𠊛，
**越南语译：** Tháng ba ngày tám mấy người,
**汉语意译：** 春荒季淡几个人，

**喃字原文：** 𠫾𨖲頭滩打特魜𣦍。
**越南语译：** Đi lên Đầu-Dồi đánh được cá ngay.
**汉语意译：** 到此捕鱼好收成。

**喃字原文：** 𫥨𣷷棹𦨛𥶄尼，
**越南语译：** Làm biển chèo mủng nan này,
**汉语意译：** 打鱼工具是竹舟[②]，

**喃字原文：** 㳥𩗂𩙍𡘯尋𡎢𠓨坡；
**越南语译：** Sóng to gió lớn tìm nơi vào bờ;
**汉语意译：** 风急浪起往岸摇；

**喃字原文：** 鄰蹺湱沕麻𠓨，
**越南语译：** Lân theo lạch ngòi mà vào,
**汉语意译：** 随着海水涨潮处，

**喃字原文：** 充觥余島洁泊棱撑。
**越南语译：** Xung quanh mấy đảo cát bạc Rừng xanh.
**汉语意译：** 两旁几个沙林岛[③]。

**喃字原文：** 棹𠓨𨕭島“米山”，
**越南语译：** Chèo vào trong đảo Mễ-Sơn,
**汉语意译：** 竹舟入至“米山岛”[④]，

**喃字原文：**浧吉卒粿核棱撑蘿。
**越南语译：**Bãi cát tốt đẹp cây rừng xanh rêu.
**汉语意译：**沙滩洁白树林茂。

**喃字原文：**祖先氽𠊛共繞，
**越南语译：**Tổ tiên mấy người cùng nhau,
**汉语意译：**祖先几人登上岸，

**喃字原文：**尋特𠁑住如悉妄花。
**越南语译：**Tìm được nơi trú như lòng nở hoa.
**汉语意译：**找得歇处心欢笑。

**喃字原文：**𡶀潮嫩泊賒賒，
**越南语译：**Ngọn triều non bạc xa xa,
**汉语意译：**远处山水景色美，

**喃字原文：**渃泟時黜渃蘇時𠓨。
**越南语译：**Nước ròng thì ra nước to thì vào.
**汉语意译：**退潮出海涨潮回。

**喃字原文：**𧼋数慣屬水潮，
**越南语译：**Đi lâu quen thuộc thuỷ triều,
**汉语意译：**往往复复水路熟，

**喃字原文：**祖先打魪拱料拯怚。
**越南语译：**Tổ tiên đánh cá cũng liều chẳng lo.
**汉语意译：**祖先打鱼不愁归。

**喃字原文：**固欺浪𩙍湄蘇，
**越南语译：**Có khi sóng gió mưa to,
**汉语意译：**大风大浪暴雨时，

**喃字原文：**掉艚𠓨汫飫來𥄬唁。
**越南语译：**Chèo xuồng vào bến no rồi ngủ ngon.
**汉语意译：**船进埠头人安息。

**喃字原文：** 𨖲島固渃固𡽫，
**越南语译：** Trên đảo có nước có non,
**汉语意译：** 岛上林密淡水甜，

**喃字原文：** 𥪝棱虪陷猉猻拱𡗉。
**越南语译：** Trong rừng hùm hãm khỉ hươu cũng nhiều.
**汉语意译：** 虎啸鹿鸣猿猴啼。

**喃字原文：** 祖先决志没調，
**越南语译：** Tổ tiên quyết chí một điều,
**汉语意译：** 祖先同心共商量，

**喃字原文：** 邊𣷭𫜵茬掙虪𡨹身。
**越南语译：** Ven biển làm chòi tránh hùm giữ thân.
**汉语意译：** 沿海搭棚防虎伤。

**喃字原文：** 衛𢜝𠊛𨖲寅寅，
**越南语译：** Về sau người lên dần dần,
**汉语意译：** 以后逐渐有人来，

**喃字原文：** 𧡊𣃣卒𨤔埃帝拱迷。
**越南语译：** Thấy nơi tốt đẹp ai đấy cũng mê.
**汉语意译：** 都说此地胜家乡。

**喃字原文：** 共繞𠸟血咹誓，
**越南语译：** Cùng nhau uống huyết ăn thề,
**汉语意译：** 歃血为盟同发誓，

**喃字原文：** 𦇒𠺷捕繞空𢧚羅𠊛；
**越南语译：** Thằng nào bỏ nhau không nên là người;
**汉语意译：** 扎根此地不放弃；

**喃字原文：** 共繞誓説㐌𠻀，
**越南语译：** Cùng nhau thề thuyết đã rồi,
**汉语意译：** 烧香发誓遂了愿，

**喃字原文：**打茅𠛣𣘃𠀧𦹳𠁑低。
**越南语译：**Đánh tranh chặt gỗ làm chòi nơi đây.
**汉语意译：**割草砍树盖房子。

**喃字原文：**於数𠊛吏添𠊛，
**越南语译：**Ở lâu người lại thêm người,
**汉语意译：**日久天长人口添，

**喃字原文：**發娘發棱寅寅𠓨𨕭；
**越南语译：**Phát nương phát rừng dần dần vào trong;
**汉语意译：**披荆斩棘往内迁；

**喃字原文：**𠊛廊𣎀𣈜約矇，
**越南语译：**Người làng đêm ngày ước mong,
**汉语意译：**村民日夜都期望，

**喃字原文：**人丁盛旺𠀧咹順和。
**越南语译：**Nhân đinh thịnh vượng làm ăn thuận hòa.
**汉语意译：**人丁兴旺永久年。

**喃字原文：**生𡥵𢯰𤤰發家，
**越南语译：**Sinh con đẻ cháu phát gia,
**汉语意译：**生子生孙家事兴，

**喃字原文：**立𨖲亭廟香火祖先。
**越南语译：**Lập lên đình miếu hương hỏa tổ tiên.
**汉语意译：**建亭立祠安祖灵。

**喃字原文：**於兜拱沛信願，
**越南语译：**Ở đâu cũng phải tín nguyện,
**汉语意译：**纪念前辈了心愿，

**喃字原文：**𢆥立亭固“十二家先”。
**越南语译：**Năm lập đình có “Thập Nhị Gia Tiên”.
**汉语意译：**“十二家先”立哈亭。

**喃字原文：** 户裴陶段黎阮，
**越南语译：** Họ Bùi Đào Đoạn Lê Nguyễn,
**汉语意译：** 姓裴姓陶段黎阮，

**喃字原文：** 户何武黄孔潘吴劉。
**越南语译：** Họ Hà Vũ Hoàng Khổng Phan Ngô Lưu.
**汉语意译：** 刘何吴武潘孔黄。

**喃字原文：** 进台户尼共繞，
**越南语译：** Mười hai họ này cùng nhau,
**汉语意译：** 十二姓人互相依，

**喃字原文：** 於終廊帽蒔数準尼。
**越南语译：** Ở chung Làng Mũ thời lâu chốn này.
**汉语意译：** 巫头岛上聚一堂。

**喃字原文：** 共繞産出𣈕䏾，
**越南语译：** Cùng nhau sản xuất đêm ngày,
**汉语意译：** 大家日夜劳动急，

**喃字原文：** 開娘砳坦𫜵垙䅬壦；
**越南语译：** Khai nương vỡ đất làm rẫy ruộng vườn;
**汉语意译：** 开荒平沟垦田地；

**喃字原文：** 固𠊛秸穭揰糧，
**越南语译：** Có người cấy luá trồng lương,
**汉语意译：** 有人插秧种番薯，

**喃字原文：** 固𠊛奔半固𠊛𫜵㖑。
**越南语译：** Có người buôn bán có người làm thuê.
**汉语意译：** 有人买卖做生意。

**喃字原文：** 耕農𫜵湴拯怩，
**越南语译：** Canh nông làm biển chẳng nề,
**汉语意译：** 种田打鱼好辛苦，

**喃字原文：** 湊涧打魪轉術湊濃。
**越南语译：** Biển khơi đánh cá chuyển về Biển nông.
**汉语意译：** 深海逐转浅海捕。

**喃字原文：** 鈕螯螭扒蚵蟧，
**越南语译：** Nạo ngao sò, bắt cáy còng,
**汉语意译：** 耙蚶蛤蜊赶螃蜞，

**喃字原文：** 𠬠簡登纣魪鰚魟鲜。
**越南语译：** Làm giậu đăng chài cá rồng tôm tươi.
**汉语意译：** 做箔塞网⑤把鱼捕。

**喃字原文：** 民廊𣈜𤯩愖唭，
**越南语译：** Dân làng đời sống vui cười,
**汉语意译：** 村民生活胜往年，

**喃字原文：** 腠清耛娩喝愖喋歪。
**越南语译：** Trăng thanh trai gái hát vui vang trời.
**汉语意译：** 月夜男女歌声甜。

**喃字原文：** 誓𦛚凿㐌記唓，
**越南语译：** Thề xưa tạc dạ ghi lời,
**汉语意译：** 祖先誓言要牢记，

**喃字原文：** 共終團結𣈜𣈜𠬠咹。
**越南语译：** Cùng chung đoàn kết đời đời làm ăn.
**汉语意译：** 齐心协力建家园。

注释：

①白龙：指江山半岛白龙尾海面。

②竹舟：用竹篾编成的圆底竹舟。

③几个沙林岛：指附近的沥尾、山心、佳邦、潭吉等岛屿和所见岛上的沙滩、树林。

④米山岛：巫头岛的旧名，是祖先初来时取的岛名，因米树（即木棉树）成山，取名米山。

⑤做箔塞网：做箔即做渔箔。渔箔是一种浅海滩上的安置型渔具，以木条和竹篾围扎而成，其形像漏斗，前半部宽大，以两臂向岸伸长，叫做“簾篙”；后半部狭小，全用竹篾织成，间隔很密，

叫做“箔漏”。塞网是在海滩上放置的捕鱼网。一般是在低潮时进行，待海潮退时，便可以捕鱼。网长约 1500 米，高约 3 米。

说明：

这首史歌是由巫头村阮文三（男，93 岁）和阮戚光（男，83 岁）等人编唱的。

# 山心史歌

**喃字原文：**祖先些於涂山，
**越南语译：**Tổ tiên ta ở Đồ-Sơn,
**汉语意译：**祖先原住涂山地，

**喃字原文：**𠶋𣷷扒魪吏𨖲頭滩。
**越南语译：**Làm biển bắt cá lại lên Đầu-Dồi.
**汉语意译：**捕鱼来到白龙里。

**喃字原文：**𨀈𨖲打魪𠞹回，
**越南语译：**Trước lên đánh cá lắm hồi,
**汉语意译：**以前打鱼多次来，

**喃字原文：**且纣𧿆圍扒特魪𣋚。
**越南语译：**Thả chài xuống vây bắt được cá ngay.
**汉语意译：**这里围网得多鱼。

**喃字原文：**簩箍外𣷷行𣈜，
**越南语译：**Mủng nan ngoài biển hàng ngày,
**汉语意译：**常日竹船海上驶，

**喃字原文：**浡𩙌𩙻𡘯尋𣋚𡎝𠓨。
**越南语译：**Sóng to gió lớn tìm ngay nơi vào.
**汉语意译：**大风大浪寻岸避。

**喃字原文：**𢱩蹺瀝𣳔摸𠓨，
**越南语译：**Chèo theo lạch ngòi mò vào,
**汉语意译：**随着海沟前往去，

**喃字原文：**扽繞尋趾𠓨棱𨖲嫩。
**越南语译：**Đem nhau tìm chạy vào rừng lên non.
**汉语意译：**都想向往山林地。

**喃字原文：**趾戈𠇍𡶀𡮈𡮈，
**越南语译：**Chạy qua mấy núi con con,
**汉语意译：**经过几座小山头[①]，

**喃字原文**：細𢥈海島山心拱斳。
**越南语译**：Tới nơi hải đảo Sơn-Tâm cũng gần.
**汉语意译**：近处便是山心岛。

**喃字原文**：𥉫𨖲湽吉鄰近，
**越南语译**：Trông lên bãi cát lân cận,
**汉语意译**：眼前岛滩沙一片，

**喃字原文**：坡湽垌䓡䕭棱核高。
**越南语译**：Bờ bãi đồng cỏ trong rừng cây cao.
**汉语意译**：林密树茂草地好。

**喃字原文**：𠰃𥉫坦𢌌𡗶高，
**越南语译**：Ngửa trông đất rộng trời cao,
**汉语意译**：放眼四周天地宽，

**喃字原文**：𪀄叫猿吁𦊚𣷷渃𡽫。
**越南语译**：Chim kêu vượn hú bốn bề nước non.
**汉语意译**：鸟鸣猿啼海浪响。

**喃字原文**：方芾渚别𤎜詳，
**越南语译**：Phương nào chưa biết rõ tường,
**汉语意译**：具体方向还未详，

**喃字原文**：𢥈尼𠍭蹎充暢悉𠊛。
**越南语译**：Nơi này nghỉ chân sung sướng lòng người.
**汉语意译**：此地歇息甚理想。

**喃字原文**：𣋽𠚢湋𣋚包𣳔，
**越南语译**：Sáng ra lạch tối vào ngòi,
**汉语意译**：清晨出海晚归来，

**喃字原文**：住数耒别𢥈𣩂𫜵咹。
**越南语译**：Trú lâu rồi biết nơi đời làm ăn.
**汉语意译**：久住认为好家园。

**喃字原文：** 澴南棱楸鮮撑，
**越南语译：** Bãi nam rừng sú tươi xanh,
**汉语意译：** 南面一片红树林，

**喃字原文：** 渃涌坦澴拱如垌平。
**越南语译：** Nước ròng đất bãi cũng như đồng bằng.
**汉语意译：** 退潮海滩似平原。

**喃字原文：** 向西押界佳邦，
**越南语译：** Hướng tây giáp giới Cai-Bang,
**汉语意译：** 西面相邻是佳邦，

**喃字原文：** 西北羅𢄂安莨拱斳；
**越南语译：** Tây bắc là Chợ An Lang cũng gần;
**汉语意译：** 西北不远到安莨[②]；

**喃字原文：** 東北羅廊貴明，
**越南语译：** Đông bắc là làng Quý-Minh,
**汉语意译：** 东北相接贵明村，

**喃字原文：** 充觥方向分明𢯢淶。
**越南语译：** Xung quanh phương hướng phân minh rạch ròi.
**汉语意译：** 四周方向已明朗。

**喃字原文：** 吒翁尋𡬈於𫢩，
**越南语译：** Cha ông tìm nơi ở rồi,
**汉语意译：** 先人寻得好地方，

**喃字原文：** 𨕭坡割鞊𫜵茬疑宜。
**越南语译：** Trên bờ cắt cỏ làm chòi nghỉ ngơi.
**汉语意译：** 砍树割草搭茅房。

**喃字原文：** 仍爲媂𡥵没𡬈，
**越南语译：** Nhưng vì vợ con một nơi,
**汉语意译：** 为了骨肉不分离，

喃字原文：吒翁阻衛吼馱迍蘳。
越南语译：Cha ông trở về nhủ người đón lên.
汉语意译：回乡接亲来同堂。

喃字原文：寅寅吏固馱蘳，
越南语译：Dần dần lại có người lên,
汉语意译：住户逐添时间长，

喃字原文：生混䏧㕄强添䕠馱；
越南语译：Sinh con đẻ cháu càng thêm nhiều người;
汉语意译：生儿育女人兴旺；

喃字原文：共繞折鴉熄粯，
越南语译：Cùng nhau giết gà thổi xôi,
汉语意译：大家杀鸡煮糯饭，

喃字原文：旺𧖱咹誓空特捕繞。
越南语译：Uống máu ăn thề không được bỏ nhau.
汉语意译：歃血为盟互不忘。

喃字原文：閉睰魪渃返繞，
越南语译：Bấy giờ cá nước gặp nhau,
汉语意译：恰逢良机鱼水情，

喃字原文：𤾓𢆥篤𡨹膠膸没唥。
越南语译：Trăm năm dốc giữ keo sơn một lời.
汉语意译：如胶似漆守百年。

喃字原文：於低特𩈘𢆥𡗶，
越南语译：Ở đây được vài năm trời,
汉语意译：此处安居有数载，

喃字原文：發核發棱𠓨𥪝𫜵茹。
越南语译：Phát cây phát rừng vào trong làm nhà.
汉语意译：岛内伐林建家园。

**喃字原文：**吝陳腁院𣈜戈，
**越南语译：**Lần chần tháng vẹn ngày qua,
**汉语意译：**日月如梭时光逝，

**喃字原文：**廊帽吏固數𠊛移𨖅；
**越南语译：**Làng Mũ lại có số người di sang;
**汉语意译：**巫头有人迁来居；

**喃字原文：**共繞於終𣹓廊，
**越南语译：**Cùng nhau ở chung xóm làng,
**汉语意译：**同出同入小村邑，

**喃字原文：**𩙍南𣎏㐌迻春𨖅夏。
**越南语译：**Gió nam rày đã đưa xuân sang hè.
**汉语意译：**春风送暖夏时至。

**喃字原文：**惱貼渃怒𡽫箕，
**越南语译：**Vui xem nước nọ non kia,
**汉语意译：**此处一片山水奇，

**喃字原文：**𣈜𠫾興𩙍𣎀衛制䏶。
**越南语译：**Ngày đi hứng gió đêm về chơi giăng.
**汉语意译：**日间清幽夜美丽。

**喃字原文：**共繞容且𠸨咹，
**越南语译：**Cùng nhau thong thả làm ăn,
**汉语意译：**大家谋生都顺手，

**喃字原文：**没瓢𡗶坦惱𢜠埃台。
**越南语译：**Một bầu trời đất vui mừng ai hay.
**汉语意译：**苍穹乐境谁能比。

**喃字原文：**吒翁决於𡊲尼，
**越南语译：**Cha ông quyết ở chỗ này,
**汉语意译：**祖先决意在此地，

**喃字原文：**𡀯𤯩民廊𣈜强卒欣。
**越南语译：**Đời sống dân làng ngày càng tốt hơn.
**汉语意译：**大家乐业又安居。

**喃字原文：**衛𧈫賊刧村鄉，
**越南语译：**Về sau giặc cướp thôn hương,
**汉语意译：**后有盗贼来抢掠，

**喃字原文：**𧡊𡥵㛪𡞕𨑗塘扒𠓨。
**越南语译：**Thấy con gái đẹp trên đường bắt đi.
**汉语意译：**遇见美女便抓去。

**喃字原文：**吒翁推擬没欺，
**越南语译：**Cha ông suy nghĩ một khi,
**汉语意译：**当时祖先共商量，

**喃字原文：**立盤香案聘儀祖堂。
**越南语译：**Lập bàn hương án sính nghi tổ đường.
**汉语意译：**须立香案聘祖堂。

**喃字原文：**吒翁朱𠊛回鄉，
**越南语译：**Cha ông cho người hồi hương,
**汉语意译：**逐派人回故居地，

**喃字原文：**逴迍蹎香祖先𨖲蜍。
**越南语译：**Rước đón chân hương tổ tiên lên thờ.
**汉语意译：**拜别宗灵迎祖香。

**喃字原文：**民廊乞限𠰘願，
**越南语译：**Dân làng khất hẹn hứa nguyện,
**汉语意译：**先祖众人许诺言，

**喃字原文：**立𨖲亭𢧚祝願神靈。
**越南语译：**Lập lên đình chiền chúc nguyện thần linh.
**汉语意译：**建立哈亭迎神灵。

**喃字原文：**閉𣇜“諸家先靈”，
**越南语译：**Bấy giờ “chư gia tiên linh”,
**汉语意译：**“诸家先灵”[③]同供奉，

**喃字原文：**𫜵亭奉蜍大王聖神。
**越南语译：**Làm đình phụng thờ đại vương thánh thần.
**汉语意译：**拜祭神王建哈亭。

**喃字原文：**每年𨷑會愾亭，
**越南语译：**Mỗi niên mở hội vui đình,
**汉语意译：**每年哈节要举办，

**喃字原文：**𪮞礼揑𤛠例亭𣈜𣈗；
**越南语译：**Giữ lễ chọi trâu lệ đình ngày xưa;
**汉语意译：**斗牛节礼要承传；

**喃字原文：**𠊛廊埃於包賒，
**越南语译：**Người làng ai ở bao xa,
**汉语意译：**无论村民走多远，

**喃字原文：**𦤾𣈜會亭衛茄揑𤛠。
**越南语译：**Đến ngày hội đình về nhà chọi trâu.
**汉语意译：**斗牛节至要回还。

**喃字原文：**由埃奔兜半兜，
**越南语译：**Dù ai buôn đâu bán đâu,
**汉语意译：**无论生意怎么忙，

**喃字原文：**𣎃进𠃩𠕀揑𤛠時衛；
**越南语译：**Mồng mười tháng tám chọi trâu thì về;
**汉语意译：**八月初十要回乡；

**喃字原文：**由埃奔半𤾓藝，
**越南语译：**Dù ai buôn bán trăm nghề,
**汉语意译：**无论百业怎么兴，

**喃字原文：**曚迣脼䝨沛衛𢭸𤙭。
**越南语译：**Mồng mười tháng tám phải về chọi trâu.
**汉语意译：**初十回家才兴旺。

**喃字原文：**衛𣦰拯別包数，
**越南语译：**Về sau chẳng biết bao lâu,
**汉语意译：**以后不知第几代，

**喃字原文：**𢀨𠊛勤沛𫜵箇𥙩咹。
**越南语译：**Nhiều người cần phải làm giậu lấy ăn.
**汉语意译：**众人做箔把活改。

**喃字原文：**𣸼外㳕泐寅寅，
**越南语译：**Bãi ngoài lạch ngòi rành rành,
**汉语意译：**祖先利用海沟多，

**喃字原文：**𠊛時𫜵箇𠊛搚𠫾洃。
**越南语译：**Người thì làm giậu người lần đi hôi.
**汉语意译：**放完竹箔四处“嗨”[④]。

**喃字原文：**箇高㳥湎頭𠊛，
**越南语译：**Giậu cao sóng dọn đầu người,
**汉语意译：**做箔在海风浪多，

**喃字原文：**沁湄𢤞𩙍𣈜䏧不期；
**越南语译：**Tắm mưa chải gió ngày đêm bất kỳ;
**汉语意译：**栉风沐雨没闲过；

**喃字原文：**渃㳥時沛𠚢𠫾，
**越南语译：**Nước ròng thì phải ra đi,
**汉语意译：**退潮之时人出海，

**喃字原文：**正藝𫜵箇𥙩錢𧷸咹。
**越南语译：**Chính nghề làm giậu lấy tiền mua ăn.
**汉语意译：**生活来源靠做箔。

**喃字原文：**固欺扒䰚鮎衛，
**越南语译：**Có khi bắt nhiều cá về,
**汉语意译：**有时捞回鱼虾多，

**喃字原文：**沛扻䶕鯰𩛷時半𣦍。
**越南语译：**Phải đem muối mắm sau thì bán ngay.
**汉语意译：**新鲜难卖制鱼露。

**喃字原文：**山心固㗂𣈕尼，
**越南语译：**Sơn-Tâm có tiếng xưa nay,
**汉语意译：**自古山心“鲶汁”好，

**喃字原文：**𠊛民半鯰細𠺥泣𡎝。
**越南语译：**Người dân bán mắm tới rày khắp nơi.
**汉语意译：**村民卖“汁”⑤把日度。

**喃字原文：**於低迣余𡗉𠊛，
**越南语译：**Ở đây mười mấy đời người,
**汉语意译：**居此相继十几代，

**喃字原文：**爫𣷷藝𫂝𡗉𡗉接蹺。
**越南语译：**Làm biển nghề giậu đời đời tiếp theo.
**汉语意译：**渔箔就是传家宝。

**喃字原文：**吒翁於低㐌料，
**越南语译：**Cha ông ở đây đã liều,
**汉语意译：**祖先一心此定居，

**喃字原文：**山心𡎝卒如調喝涓。
**越南语译：**Sơn-Tâm nơi tốt như điều hát quen.
**汉语意译：**曾唱歌赞“山心好”。

**喃字原文：**於低仍趣𡽫仙，
**越南语译：**Ở đây những thú non tiên,
**汉语意译：**此地是处乐仙景，

**喃字原文：**於低爫淩𥙩錢餒繞。

**越南语译：**Ở đây làm biển lấy tiền nuôi nhau.

**汉语意译：**捕鱼挣钱养家口。

注释：

①几座小山头：指白龙尾西面海的珍珠岭、猫岭、双屯岭（红屯岭、白屯岭）。传说从前白龙镇海大王欲为民除害，他与夫人商量，准备塞死白龙尾石洞的蜈蚣精。原先约定要在鸡啼前完成塞洞，但不知何故，被蜈蚣精发现了，它引起鸡叫，所以没能塞洞，让蜈蚣精免于一死。他们很生气，把挑来的土倒至海上，镇海大王那担土变成珍珠岭和猫岭，其夫人那担土变成双屯岭。

②安莨：江平街旧名。

③“诸家先灵”：指那时山心村有刘、阮、黎、龚、段、陈、范等七姓人。

④“嗨”：指为渔箔主打捞鱼。渔箔主按收入的百分比给“去嗨”做报酬。

⑤“汁”：指鲶汁，或鱼露、鱼汁。

说明：

山心的京族祖先初迁移至此岛时，岛上簪树（京语叫心树）很多。心树成林山，所以取名为山心村。此史歌是由山心村阮继儒（男，85岁）、阮继旭（男，77岁）两人编唱的。

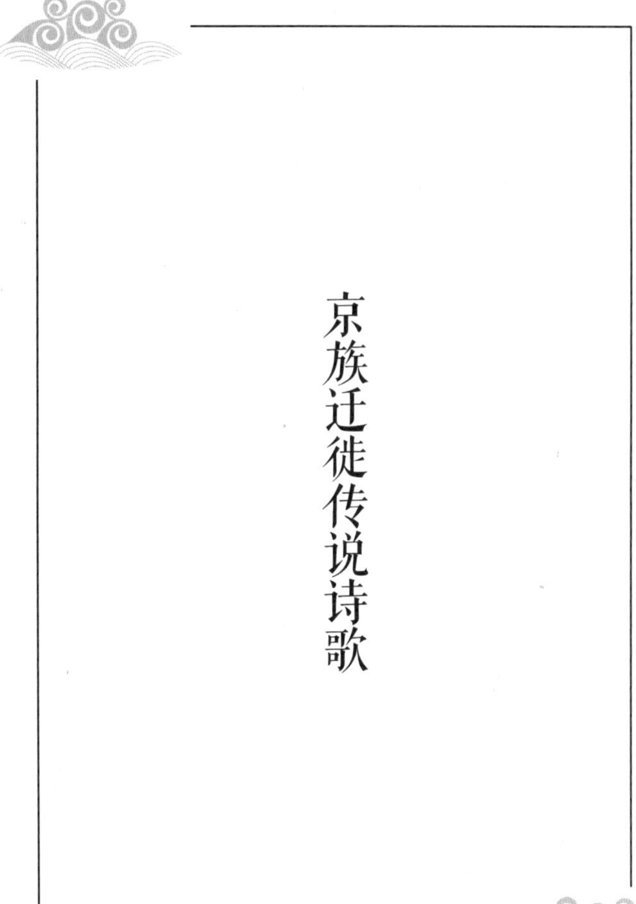

# 京族迁徙传说诗歌

**喃字原文：** 院瓢渃泚包賖，
**越南语译：** Ngọn bèo nước chảy bao xa,
**汉语意译：** 浮草随水流遥远，

**喃字原文：** 埃执命運些黜準尼；
**越南语译：** Ai đem mệnh vận ta ra chốn này;
**汉语意译：** 谁招命运到这边；

**喃字原文：** 擬吏辛苦㗂尼，
**越南语译：** Nghĩ lại tân khổ xưa nay,
**汉语意译：** 回顾当年辛酸事，

**喃字原文：** 官貪賊刧𠊛荄貧窮。
**越南语译：** Quan tham giặc cướp người gay bần cùng.
**汉语意译：** 官去贼来民贫贱。

**喃字原文：** 爲𣻆𤯨趾㩜縱，
**越南语译：** Vì đời sống chạy lung tung,
**汉语意译：** 为了生活团团转，

**喃字原文：** 輑倔奇𣈜錢空没銅；
**越南语译：** Quần quật cả ngày tiền không một đồng;
**汉语意译：** 辛勤没有隔夜钱；

**喃字原文：** 民饒官怒庄𥆾，
**越南语译：** Dân nghèo quan nó chẳng trông,
**汉语意译：** 官府不管民饥寒，

**喃字原文：** 𨍦墠跪𥚄懈悉求仙。
**越南语译：** Trước sân quỳ lạy giãy lòng cầu tiên.
**汉语意译：** 只好跪拜求神仙。

**喃字原文：** 氽户吒翁祖先，
**越南语译：** Mấy họ cha ông tổ tiên,
**汉语意译：** 京族祖先十几姓，

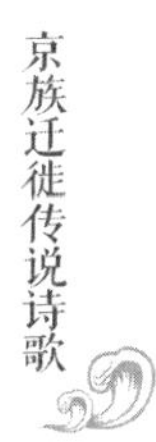

**喃字原文：** 扰繞𠆳淩撿錢閉尼，
**越南语译：** Đem nhau làm biển kiếm tiền bấy nay,
**汉语意译：** 因为打鱼到这边，

**喃字原文：** 𠲣蹺彈魜𨖲低，
**越南语译：** Đuổi theo đàn cá lên đây,
**汉语意译：** 跟踪鱼群来三岛，

**喃字原文：** 𧡊島㵢吉準𡎝永𠊛。
**越南语译：** Thấy đảo bãi cát chốn nay vắng người.
**汉语意译：** 孤岛荒凉无人烟。

**喃字原文：** 魜𩽗淩𥘀濃㳥，
**越南语译：** Cá nhiều biển rày nông khơi,
**汉语意译：** 三岛海上鱼虾多，

**喃字原文：** 羅𡎝𠆳淩拙𣅶卒能。
**越南语译：** Là nơi làm biển suốt đời tốt thay.
**汉语意译：** 打鱼捕捞有门路。

**喃字原文：** 停蹎定蹭𡎝低，
**越南语译：** Dừng chân định gót nơi đây,
**汉语意译：** 落脚定居过生活，

**喃字原文：** 拱𨋤尋特𡎥低悸悉。
**越南语译：** Cũng may tìm được bến đây thỏa lòng.
**汉语意译：** 这里是个好海埠。

**喃字原文：** 吒翁脱於邊圚，
**越南语译：** Cha ông thoạt ở bên vòng,
**汉语意译：** 京族祖先在海边，

**喃字原文：** 遄島住𠊛𦨭重渃圍。
**越南语译：** Ven đảo trú người quanh trùng nước vây.
**汉语意译：** 独居沙岛水四面。

**喃字原文：**黼断进余茋尼，
**越南语译：**Trước sau mười mấy đời nay,
**汉语意译：**前继后接十几代，

**喃字原文：**於低併吏㐌余𤾓𢆥。
**越南语译：**Ở đây tính lại đã mấy trăm năm.
**汉语意译：**综计历时数百年。

**喃字原文：**生𡥵𤯩𤤰𠊛增，
**越南语译：**Sinh con đẻ cháu người tăng,
**汉语意译：**父生子来子生孙，

**喃字原文：**𢆥𢆥𪟽淩𫜵咹拱料。
**越南语译：**Năm năm giữ biển làm ăn cũng liều.
**汉语意译：**靠海为业年过年。

**喃字原文：**榾核棡床茹苧，
**越南语译：**Cột cây giàn sàn nhà lều,
**汉语意译：**木柱茅屋栅栏底，

**喃字原文：**咹眝固𡊲㬎嘲𨈘低。
**越南语译：**Ăn ngủ có chỗ sớm chiều dựa đây.
**汉语意译：**在此食来在此眠。

**喃字原文：**民些於終廊尼，
**越南语译：**Dân ta ở chung làng này,
**汉语意译：**京族人民住一村，

**喃字原文：**咹餒默襬底㐱𫜵𢧚；
**越南语译：**Ăn đói mặc rách để rày làm nên;
**汉语意译：**节衣缩食省点钱；

**喃字原文：**被賊刼撲常川，
**越南语译：**Bị giặc cướp bóc thường xuyên,
**汉语意译：**常被匪贼来抢劫，

**喃字原文：**䏾𣈘蹎瀉空錢戈𢆥。
**越南语译：**Ngày đêm tất tả không tiền qua năm.
**汉语意译：**日饥晚寒难过年。

**喃字原文：**𢜠羅𣷷卒𠬠咹，
**越南语译：**May là biển tốt làm ăn,
**汉语意译：**地利人和海业兴，

**喃字原文：**魚蘇𦧘膾共咹𢝙囲；
**越南语译：**Cá to thịt gỏi cùng ăn vui vầy;
**汉语意译：**捕得大鱼众欢庆；

**喃字原文：**𣎃𤄯𤏬，𠇍春尼，
**越南语译：**Trăng trong sáng với xuân này,
**汉语意译：**明月当空沙滩照，

**喃字原文：**𨢇𤮿茶濃𢲣醝默𢚸。
**越南语译：**Rượu ngọt chè nồng sức say mặc lòng.
**汉语意译：**美酒酽茶待乡亲。

**喃字原文：**𦹵撑拯諍務冬，
**越南语译：**Cỏ xanh chẳng tránh mùa đông,
**汉语意译：**青草经冬而不枯，

**喃字原文：**春渚細花𦬑縱四務；
**越南语译：**Xuân chưa tới, hoa nở tung tứ mùa;
**汉语意译：**鲜花非春也常驻；

**喃字原文：**民些性𦋦埃輸，
**越南语译：**Dân ta tính nết ai thua,
**汉语意译：**京族人民性情好，

**喃字原文：**𡛔𤳆喝對㗂𢝙𨓐廊。
**越南语译：**Gái trai hát đối tiếng vui trong làng.
**汉语意译：**男女对歌乐嘟嘟。

**喃字原文：**𣎀清㗂喝嵘廊，
**越南语译：**Đêm thanh tiếng hát vang làng,
**汉语意译：**京家琴歌夜夜欢，

**喃字原文：**固奇𦝄𦝉吻𢘾𨼳畑；
**越南语译：**Có cả vầng giăng vẫn nhớ ngọn đèn;
**汉语意译：**银月似水照村庄；

**喃字原文：**𠫾賖𢘾𧗱𧍬廊，
**越南语译：**Đi xa nhớ về xóm làng,
**汉语意译：**外出游子思乡切，

**喃字原文：**民些𠁀𠁀於涓廊尼。
**越南语译：**Dân ta đời đời ở quen làng này.
**汉语意译：**京族世代爱故乡。

注释：

这篇《京族迁徙传说诗歌》收集自京族民间传唱，简略反映了京族人民迁居此地的生活，也反映了京家人的朴素感情，对劳动、生活和家乡的无比热爱，甚为感人。

# 镇海大王的故事

（京族民间神话传说）

喃字原文：䢖𣈜於𡶀頭灘，
越南语译：Đời xưa ở núi Đầu-Dồi,
汉语意译：自古传说白龙尾[①]，

喃字原文：𨕭𡽫礬砺固没神𧋆。
越南语译：Trong nơi hang đá có một thần thên.
汉语意译：石洞里有蜈蚣精。

喃字原文：𨷶𣷭戈吏固船，
越南语译：Cửa biển qua lại có thuyền,
汉语意译：但凡船只过海面，

喃字原文：沛納頭𠊛朱神𧋆咹。
越南语译：Phải nộp đầu người cho thần rết ăn.
汉语意译：都要人头来祭灵。

喃字原文：空𠊛納朱怒咹，
越南语译：Không người nộp cho nó ăn,
汉语意译：若无人头来献祭，

喃字原文：怒圮浰𩙍爫沈船𦣰。
越南语译：Nó dậy sóng gió làm đắm thuyền ngay.
汉语意译：风浪即起船倾覆。

喃字原文：客船戈𠫾𢜝台，
越南语译：Khách thuyền qua đấy sợ thay,
汉语意译：过往船客甚恐惧，

喃字原文：沈船秩貼吏拱害𠊛。
越南语译：Đắm thuyền mất của lại gây hại người.
汉语意译：沉船害人又失物。

喃字原文：𠊛𣈜埃伲叫𡗶，
越南语译：Người xưa ai nấy kêu trời,
汉语意译：昔年人们呼天地，

**喃字原文：** 𡗶侼固别仍𠼦苦𠱋？
**越南语译：** Trời bụt có biết nhưng người khổ thay？
**汉语意译：** 人间苦难有谁知？

**喃字原文：** 没𣋚，主船産排，
**越南语译：** Một hôm, chủ thuyền sẵn bày,
**汉语意译：** 那天船主正安排，

**喃字原文：** 遁船渚行戈𨁥𣷭尼。
**越南语译：** Dọn thuyền chở hàng qua ngay biển này.
**汉语意译：** 备货上船经这里。

**喃字原文：** 倖兜迲繩咹眉，
**越南语译：** Bỗng đâu gặp thằng ăn mày,
**汉语意译：** 忽然走来一乞丐，

**喃字原文：** 吀𢚸搭船蹺𨁥𠫾共；
**越南语译：** Xin nhờ đáp thuyền theo ngay đi cùng;
**汉语意译：** 要求乘船来说情；

**喃字原文：** 主船𥪝𢚸𢜠㗡，
**越南语译：** Chủ thuyền trong lòng mừng thầm,
**汉语意译：** 船主心中暗欢喜，

**喃字原文：** 撿特繩尼扰納蜡咹。
**越南语译：** Kiếm được thằng này đem nộp rết ăn.
**汉语意译：** 正愁无人喂蜈精。

**喃字原文：** 主船熱情𠯅嘆，
**越南语译：** Chủ thuyền nhiệt tình hỏi han,
**汉语意译：** 嘘寒问暖献热情，

**喃字原文：** 翁𢞅咹之碎唉謨朱。
**越南语译：** Ông muốn ăn gì tôi hãy mua cho.
**汉语意译：** 想食何物请相告。

**喃字原文：** 貼咹注停沛怺，
**越南语译：** Của ăn chú đừng phải lo,
**汉语意译：** 他道食物君莫忧，

**喃字原文：** 謨没爐練貝菓秘吴。
**越南语译：** Mua một lò rèn với quả bí ngô.
**汉语意译：** 火烤南瓜我需要。

**喃字原文：** 䟻船炪焒朱蘇，
**越南语译：** Xuống thuyền đốt lửa cho to,
**汉语意译：** 起航行船燃大火，

**喃字原文：** 焫朱𤈜透秘吴傜勤。
**越南语译：** Nướng cho chín thấu bí ngô tao cần.
**汉语意译：** 烧烤南瓜熟透之。

**喃字原文：** 船𬧐𨷶滩斯斯，
**越南语译：** Thuyền đến cửa dồi gần gần,
**汉语意译：** 行舟已至白龙尾，

**喃字原文：** 神蜡𠚢迍值𠊛麻咹。
**越南语译：** Thần rết ra đón chực người mà ăn.
**汉语意译：** 蜈蚣正等人吞食。

**喃字原文：** 咹眉𠰷𠮩𢬣𨀈，
**越南语译：** Ăn mày khéo léo tay nhanh,
**汉语意译：** 乞丐眼疾手又快，

**喃字原文：** 翁連𢮿䟻秘吴燶𤆶，
**越南语译：** Ông liền vất xuống bí ngô nóng hực,
**汉语意译：** 他把烤熟南瓜端，

**喃字原文：** 神蜡呵咖唔食，
**越南语译：** Thần rết há miệng nuốt thực,
**汉语意译：** 塞进蜈蚣嘴里面，

**喃字原文：** 燶踬𨆢郡搃曲𠀧𡛤。
**越南语译：** Nóng quay quằn quặn đứt khúc ba nơi.
**汉语意译：** 垂死扭折成三段。

**喃字原文：** 乃成𠀧島𪬪尼，
**越南语译：** Nảy thành ba đảo trước nay,
**汉语意译：** 变成现在三海岛，

**喃字原文：** 頭時廊帽曲𢭲山心；
**越南语译：** Đầu thì Làng-Mũ khúc giữa Sơn-Tâm;
**汉语意译：** 头截巫头腹山心；

**喃字原文：** 曲𢯰沥尾𡛤絏，
**越南语译：** Khúc đuôi Vạn-Vĩ nơi dài,
**汉语意译：** 尾截变成沥尾岛，

**喃字原文：** 𠀧島固棱撑鲜絶沩。
**越南语译：** Ba đảo có rừng xanh tươi tuyệt vời.
**汉语意译：** 三岛②林茂景色新。

**喃字原文：** 𠊛𣎏埃伲𢜠嗔，
**越南语译：** Người xưa ai nấy mừng cười,
**汉语意译：** 当年人人都喜欢，

**喃字原文：** 伽翁咹眉護𠊛除灾；
**越南语译：** Nhờ ông ăn mày hộ người trừ tai;
**汉语意译：** 乞丐除妖保海疆；

**喃字原文：** 埃吘咹眉𠊛尼，
**越南语译：** Ai ngờ ăn mày người này,
**汉语意译：** 谁料这位行乞人，

**喃字原文：** 羅位“白龍鎮海大王”。
**越南语译：** Là vị “Bạch Long Trấn Hải Đại Vương”.
**汉语意译：** 乃“白龙镇海大王”。

**喃字原文：**黼箕湋啃罘方，
**越南语译：**Trước kia nổi tiếng bốn phương,
**汉语意译：**从此声望扬四方，

**喃字原文：**羅𤤰𤲂渃淩𤅶自𣈜。
**越南语译：**Là vua dưới nước biển rày từ xưa.
**汉语意译：**是此海域之龙王。

**喃字原文：**噔扒鬼怪妖魔，
**越南语译：**Đuổi bắt quỷ quái yêu ma,
**汉语意译：**镇压妖魔伏鬼怪，

**喃字原文：**摳噔賊淩惡邪朱民。
**越南语译：**Xua đuổi giặc biển ác tà cho dân.
**汉语意译：**驱逐海贼得平安。

**喃字原文：**鎮守𨜱淩安寧，
**越南语译：**Trấn thủ vùng biển an ninh,
**汉语意译：**镇守海域护安宁，

**喃字原文：**扶護民纣罒咹盛强。
**越南语译：**Phù hộ dân chài làm ăn thịnh cường.
**汉语意译：**保佑渔民海业兴。

**喃字原文：**助民除暴安良，
**越南语译：**Trợ dân trừ bạo an lương,
**汉语意译：**除暴安良为人民，

**喃字原文：**祖先立廟𨕭㺯白龍。
**越南语译：**Tổ tiên lập miếu trên đồi Bạch-Long.
**汉语意译：**先祖白龙立庙亭。

**喃字原文：**蒢翁鎮海大王，
**越南语译：**Thờ ông Trấn Hải Đại Vương,
**汉语意译：**为了供奉海大王，

**喃字原文：**𠀧廊立亭拱𥚄龍王。
**越南语译：**Ba làng lập đình cũng thờ Long Vương.
**汉语意译：**三岛哈亭都建好。

**喃字原文：**𣎃𠄩𣎃𠔭例常，
**越南语译：**Tháng hai tháng tám lệ thường,
**汉语意译：**每年二八两月里，

**喃字原文：**民群𬧻𬈰白龍求願。
**越南语译：**Dân còn đi nghè Bạch-Long cầu nguyện.
**汉语意译：**均去白龙求祈祷。

**喃字原文：**每年亭𡏧迎神，
**越南语译：**Mỗi niên đình đám nghênh thần,
**汉语意译：**每年哈节迎神时，

**喃字原文：**民廊行禮𦋦𡑝𣴙外；
**越南语译：**Dân làng hành lễ ra sân bãi ngoài;
**汉语意译：**村民行礼南海滩；

**喃字原文：**逴𠶆翁衛龍䳾，
**越南语译：**Rước mời ông về long ngai,
**汉语意译：**恭迎圣驾回龙座，

**喃字原文：**御治龍亭余𣈜咹制。
**越南语译：**Ngự trị long đình mấy ngày ăn chơi.
**汉语意译：**高坐龙廷乐数天。

**喃字原文：**𠀧廊喝舞𢣧唭，
**越南语译：**Ba làng hát múa vui cười,
**汉语意译：**京族三岛歌声甜，

**喃字原文：**祭禮神聖𠊛𠊛求安。
**越南语译：**Tế lễ thần thánh người người cầu an.
**汉语意译：**供奉圣神求安然。

**喃字原文：**𩛷尼𠉞調别浪，
**越南语译：**Sau này người đều biết rằng,
**汉语意译：**后来人们相传知，

**喃字原文：**翁尼實羅𠉞仙𠉞才。
**越南语译：**Ông này thật là người tiên người tài.
**汉语意译：**镇海大王是神仙。

**喃字原文：**𨕭“三島”𡓇海齊，
**越南语译：**Trên “tam đảo” dưới hải tày (tề),
**汉语意译：**上至三岛下至海，

**喃字原文：**㐌通𡗶坦吏𠳨役𠉞。
**越南语译：**Đã thông trời đất lại hay việc người.
**汉语意译：**洞察天地晓民情。

**喃字原文：**役之民求翁𥙩，
**越南语译：**Việc gì dân cầu ông ngay,
**汉语意译：**遇事都向他祈祷，

**喃字原文：**𥚄翁决斷朱𠁑吀𠼷。
**越南语译：**Lạy ông quyết đoán cho rày xin thưa.
**汉语意译：**恳拜相助待显灵。

**喃字原文：**民耕揰穭求湄，
**越南语译：**Dân cày trồng lúa cầu mưa,
**汉语意译：**农民插秧求下雨，

**喃字原文：**民纣求曩炋㗂鲂𩵜。
**越南语译：**Dân chài cầu nắng phơi nhờ cá khô.
**汉语意译：**渔民晒鱼求天晴。

**喃字原文：**園桃求停𩙍蘇，
**越南语译：**Vườn đào cầu đừng gió to,
**汉语意译：**桃园开花求风平，

**喃字原文：**𦨭俚船吏求𩙍朱𨁡。
**越南语译：**Người lái thuyền lại cầu gió cho nhanh.
**汉语意译：**船夫行船求风劲。

**喃字原文：**傷民翁庄𣩂銀，
**越南语译：**Thương dân ông chẳng ngại ngần,
**汉语意译：**爱民所求不迟疑，

**喃字原文：**底欺𣌝下算分𫜵湄。
**越南语译：**Để khi nắng hạ toan phần làm mưa.
**汉语意译：**太阳下山就下雨。

**喃字原文：**法𪿙吁𩙍叫湄，
**越南语译：**Pháp hay hú gió kêu mưa,
**汉语意译：**呼风唤雨真神奇，

**喃字原文：**謀神酌鬼天機朱𨀐。
**越南语译：**Mưu thần chước quỷ thiên cơ cho vừa.
**汉语意译：**神机妙算心所欲。

**喃字原文：**欺𣈜𣌝欺𣋚湄，
**越南语译：**Khi ngày nắng khi đêm mưa,
**汉语意译：**夜间下雨日间晴，

**喃字原文：**䱇𩵜㶴𩸄垌稑撑荑。
**越南语译：**Tôm cá phơi khô đồng lúa xanh rì.
**汉语意译：**鱼虾又干禾苗青。

**喃字原文：**𩙍秋㖅桃𫜵之，
**越南语译：**Gió thu hút đào làm chi,
**汉语意译：**秋风不到桃园里，

**喃字原文：**㖅黜滝淩送𠫾船帆。
**越南语译：**Hút ra sông biển tống đi thuyền buồm.
**汉语意译：**只送行船不歇停。

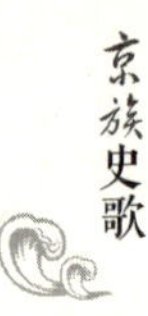

**喃字原文：**𩈘民𠵱咹順塘，
**越南语译：**Người dân làm ăn thuận đường,
**汉语意译：**人民生产生活好，

**喃字原文：**翁遣朱民越塘庫巾。
**越南语译：**Ông khiến cho dân vượt đường khó khăn.
**汉语意译：**排忧解难又可靠。

**喃字原文：**㗂翁唛吼賖斤，
**越南语译：**Tiếng ông lừng lẫy xa gần,
**汉语意译：**显赫威名“镇海王”，

**喃字原文：**民廊茌茌忟恩奉蜍。
**越南语译：**Dân làng đời đời nhớ ân phụng thờ.
**汉语意译：**世代供奉忘不掉。

▌注释：

①很早以前，京族三岛祖先在白龙尾建立一座白龙镇海大王庙。

▌说明：

根据沥尾村阮进余、杜玉光，山心村阮继儒，巫头村何宗熙、阮成光等老人所讲述的镇海龙王故事所编。

# 京族英雄杜光辉传颂

**喃字原文：** 𡥵𡥙族属，望拜叩頭，
**越南语译：** Con cháu tộc thuộc, vọng bái khâu đầu,
**汉语意译：** 家族子孙，叩头膜拜，

**喃字原文：** 𡨸丐文朝，𠁀𠁀流傳，
**越南语译：** Đặt cái văn chầu, đời đời lưu truyền,
**汉语意译：** 撰颂祭文，流传世代，

**喃字原文：** 頌念官公，𠸜杜光輝，
**越南语译：** Tụng niệm quan công, tên Đỗ Quang-Huy,
**汉语意译：** 颂念官公，名杜光辉[1]，

**喃字原文：** 茹時柴蘇，上承祖師。
**越南语译：** Nhà thì thầy to, thượng thừa tổ sư.
**汉语意译：** 上承祖师，大师主位。

**喃字原文：** 吒杜勝利，生特𠄩𡥵，
**越南语译：** Cha Đỗ Thắng-Lợi, sinh được hai con,
**汉语意译：** 父杜胜利，生儿一对，

**喃字原文：** 𡥵𡮈光達，該隊渃外。
**越南语译：** Con nhỏ Quang-Đạt, cai đội nước ngoài.
**汉语意译：** 次子光达[2]，驻外管队。

**喃字原文：** 𡥵𡘯阳平，即羅光輝，
**越南语译：** Con lớn Dương Bình, tức là Quang-Huy,
**汉语意译：** 长子阳平[3]，乃是光辉，

**喃字原文：** 學柴固法，羅将才能。
**越南语译：** Học thầy có phép, là tướng tài thay.
**汉语意译：** 学师识法，相才名士。

**喃字原文：** 所翁平生，英雄第一，
**越南语译：** Thuở ông bình sinh, anh hùng đệ nhất,
**汉语意译：** 生平时代，英雄第一，

**喃字原文：**爲民爲渃，决志𠫾鍼。
**越南语译：**Vì dân vì nước, quyết chí làm nên.
**汉语意译：**为国为民，有志成事。

**喃字原文：**圭翁時於福安，
**越南语译：**Quê ông thì ở Phúc-Yên,
**汉语意译：**生养故土福安④村，

**喃字原文：**𡎝生拄养长鍼成𠊛。
**越南语译：**Nơi sinh chỗ dưỡng trưởng nên thành người.
**汉语意译：**地灵孕育真英雄。

**喃字原文：**𠊛羅咍呐咍唭，
**越南语译：**Người là hay nói hay cười,
**汉语意译：**笑口常开平近人，

**喃字原文：**學特法唯每才每通。
**越南语译：**Học được phép giỏi mọi tài mỗi thông.
**汉语意译：**学法艺高文精通。

**喃字原文：**咍𠫾行雨行风，
**越南语译：**Hay làm hành vũ hành phong,
**汉语意译：**行事似行雨行风，

**喃字原文：**遣�遣𩙍洞洞每𡎝，
**越南语译：**Khiến mây khiến gió đùng đùng mỗi nơi,
**汉语意译：**驱风腾云响咚咚，

**喃字原文：**𠫾役火速风𩙻，
**越南语译：**Làm việc hỏa tốc phong bay,
**汉语意译：**做事快速如风飚，

**喃字原文：**吏咍方便救𠊛助民。
**越南语译：**Lại hay phương tiện cứu người trợ dân.
**汉语意译：**助人为乐不图功。

**喃字原文：**罘駅𠬠役殷勤，
**越南语译：**Vốn người làm việc ân cần,
**汉语意译：**本人做事实殷勤，

**喃字原文：**忠誠救國助民㗂傳。
**越南语译：**Trung thành cứu quốc trợ dân tiếng truyền.
**汉语意译：**忠诚救国爱助民。

**喃字原文：**欺扒頭癸亥年，
**越南语译：**Khi bắt đầu quí hợi niên,
**汉语意译：**是年岁值癸亥时，

**喃字原文：**翁𠀧进𠀧𢆥𠫾從軍。
**越南语译：**Ông ba mươi ba tuổi đi tòng quân.
**汉语意译：**三十三岁进军营。

**喃字原文：**欺帝繩西賊法，
**越南语译：**Khi đấy thằng tây giặc pháp,
**汉语意译：**正值法帝侵略军，

**喃字原文：**怒㐌刼奪坦渃越南；
**越南语译：**Nó đã cướp đoạt đất nước Việt Nam;
**汉语意译：**侵略越南把爪张；

**喃字原文：**賊法悉怒群貪，
**越南语译：**Giặc pháp lòng nó còn tham,
**汉语意译：**法贼是群贪心鬼，

**喃字原文：**𨇉𢬣損包侵犯渃些。
**越南语译：**Thẳng tay vói vào xâm phạm nước ta.
**汉语意译：**铁蹄又践我边防。

**喃字原文：**民些苦難𠍤吧，
**越南语译：**Dân ta khổ nạn rồi va,
**汉语意译：**吾民苦难尤加深，

**喃字原文：**炁翁要渃要茹要民。
**越南语译：**Lòng ông yêu nước yêu nhà yêu dân.
**汉语意译：**激其爱国忧民心。

**喃字原文：**蹲黜组織義軍，
**越南语译：**Đứng ra tổ chức nghĩa quân,
**汉语意译：**举起义旗召义士，

**喃字原文：**隊伍打法羅軍黑旗。
**越南语译：**Đội ngũ đánh pháp là quân Hắc Kỳ.
**汉语意译：**参加抗法黑旗军。

**喃字原文：**脱頭翁黜招兵，
**越南语译：**Thoạt đầu ông ra chiêu binh,
**汉语意译：**初时招兵无定所，

**喃字原文：**𪜀𣈜只招特𠃩𠏲軍；
**越南语译：**Bảy ngày chỉ chiêu được chín tên quân;
**汉语意译：**七天只招兵九名；

**喃字原文：**役尼揕㔾空衝，
**越南语译：**Việc này chậm thế không xong,
**汉语意译：**此举太慢会误事，

**喃字原文：**𣎀𣈜淪濡於𡋿边疆。
**越南语译：**Đêm ngày lặn lội ở vùng biên cương.
**汉语意译：**跋涉边疆不停闲。

**喃字原文：**翁𪠞叫噲民𨇍，
**越南语译：**Ông đi kêu gọi dân luôn,
**汉语意译：**全力动员吾边民，

**喃字原文：**悲𣉹贼占边疆坦𨉟；
**越南语译：**Bây giờ giặc chiếm biên cương đất mình;
**汉语意译：**法军觊觎我疆土；

喃字原文：闷朱天下平安，
越南语译：Muốn cho thiên hạ bình yên,
汉语意译：欲要天下得太平，

喃字原文：丕坦凭𣼽民安太和。
越南语译：Trời đất bằng lặng dân yên thái hòa.
汉语意译：全民起来保边防。

喃字原文：𠊛民些沛蹾䀡，
越南语译：Người dân ta phải đứng ra,
汉语意译：我民须要挺身出，

喃字原文：打𨆝贼西唶䀡買羅；
越南语译：Đánh đuổi giặc tây cút ra mới là;
汉语意译：驱贼逐寇不留情；

喃字原文：滅法帝，救渃茹，
越南语译：Diệt pháp đế, cứu nước nhà,
汉语意译：歼灭法帝救家园，

喃字原文：萬民受福渃茹自由。
越南语译：Vạn dân thụ phúc nước nhà tự do.
汉语意译：万民受福国安宁。

喃字原文：機會尼羅丕朱，
越南语译：Cơ hội này là trời cho,
汉语意译：今乃天赐良机时，

喃字原文：𢥈救渃即羅𢥈救𨉟；
越南语译：Lo cứu nước tức là lo cứu mình;
汉语意译：救国救民救自己；

喃字原文：共繞𠓨隊義兵，
越南语译：Cùng nhau vào đội nghĩa binh,
汉语意译：共同加入起义军，

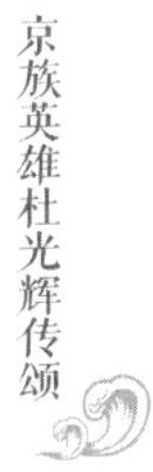

**喃字原文：**低羅力量，救星貼躺。
**越南语译：**Đây là lực lượng, cức tinh của mình.
**汉语意译：**人多力大好杀敌。

**喃字原文：**𠈭民些，亭㲀輕，
**越南语译：**Người dân ta, đừng chịu khinh,
**汉语意译：**吾民不能受鄙视，

**喃字原文：**打𨆷賊法買𨁷榮華。
**越南语译：**Đánh đuổi giặc pháp mới giành vinh hoa.
**汉语意译：**驱贼出境国荣华。

**喃字原文：**埃瞌调拱[illegible]啊，
**越南语译：**Ai nghe điều cũng vâng ạ,
**汉语意译：**众人听罢起共鸣，

**喃字原文：**自願從軍𠫾𦋦打賊。
**越南语译：**Tự nguyện tòng quân đi ra đánh giặc.
**汉语意译：**志愿从军把敌杀。

**喃字原文：**𥪝𧵆没𢆥招集，
**越南语译：**Trong gần một năm chiêu tập,
**汉语意译：**募军算来近一年，

**喃字原文：**軍數增𦤾没𠦳𠀧𤾓。
**越南语译：**Quân số tăng đến một,nghìn ba trăm.
**汉语意译：**总军人数一千三。

**喃字原文：**欺役招兵完成，
**越南语译：**Khi việc chiêu binh hoàn thành,
**汉语意译：**完成招集兵员事，

**喃字原文：**組織兵𠈺集情練𣦍。
**越南语译：**Tổ chức binh lính tập tành luyện ngay.
**汉语意译：**组织训练速度赶。

喃字原文：英婏兵𠛌些呢，
越南语译：Anh em binh lính ta nầy,
汉语意译：教兵珍惜从军路，

喃字原文：集情本領朱台買羅。
越南语译：Tập tành bản lĩnh cho hay mới là.
汉语意译：练好本领不放松。

喃字原文：没欺隊伍撟黜，
越南语译：Một khi đội ngũ kéo ra,
汉语意译：一旦队伍拉出去，

喃字原文：打豆賊法買羅成功。
越南语译：Đánh đổ giặc pháp mới là thành công.
汉语意译：打败法寇定成功。

喃字原文：陽平矯軍先鋒，
越南语译：Dương Bình kéo quân tiên phong,
汉语意译：阳平率军打先锋，

喃字原文：尼沛固贼进攻追滅。
越南语译：Nơi nào có giặc tiến công truy diệt.
汉语意译：哪里有敌哪里冲。

喃字原文：格用兵，稱將杰，
越南语译：Cách dùng binh, xứng tướng kiệt,
汉语意译：用兵计谋称将才，

喃字原文：軍𠛌共繞熱烈同心。
越南语译：Quân lính cùng nhau nhiệt liệt đồng tâm.
汉语意译：官兵协力心相同。

喃字原文：役爫布阵排兵，
越南语译：Việc làm bố trận bài binh,
汉语意译：布阵排兵计谋多，

喃字原文：發揮兵士盡情盡忠。
越南语译：Phát huy binh sĩ tận tình tận trung.
汉语意译：发挥士兵尽忠义。

喃字原文：罘務春夏秋冬，
越南语译：Bốn mùa xuân hạ thu đông,
汉语意译：春夏秋冬年四季，

喃字原文：𢬣扲旗號釖銃庄移。
越南语译：Tay cầm cờ hiệu dao súng chẳng rời.
汉语意译：旗帜刀枪手不离。

喃字原文：清[illegible]趾泣𨎠外，
越南语译：Thanh thảnh chạy khắp trong ngoài,
汉语意译：时而出入境内外，

喃字原文：解救人難𢀨賊侵占。
越南语译：Giải cứu nhân nạn nơi giặc xâm chiếm.
汉语意译：解放敌区救难民。

喃字原文：固欺趾泣山川，
越南语译：Có khi chạy khắp sơn xuyên,
汉语意译：时而出入大山川，

喃字原文：尋賊麻滅世權爱民。
越南语译：Tìm giặc mà diệt thế quyền ái dân.
汉语意译：追杀敌人护边民。

喃字原文：發黜號令黜軍，
越南语译：Phát ra hiệu lệnh ra quân,
汉语意译：军营发出军号令，

喃字原文：前攻後援分行𠓀𢖖。
越南语译：Tiền công hậu viện phân hành trước sau.
汉语意译：前攻后援任务明。

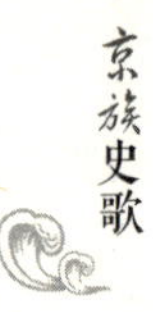

**喃字原文：**蹽𡽫輪𡶀兜兜，
**越南语译：**Trèo non lần núi đâu đâu,
**汉语意译：**登山陟岭走四处，

**喃字原文：**虢吟猿吁[illegible]May愁鴣叫。
**越南语译：**Hùm gầm vượn hú ve sầu chim kêu.
**汉语意译：**猿啼虎啸鸟又鸣。

**喃字原文：**翊解湄苔曩䜡，
**越南语译：**Chịu dãi mưa đày nắng nhiều,
**汉语意译：**日晒雨淋受寒霜，

**喃字原文：**拱篤没悉護渃救民。
**越南语译：**Cũng dốc một lòng hộ nước cứu dân.
**汉语意译：**倾尽全力救边关。

**喃字原文：**名㗂唛吡賒斳，
**越南语译：**Danh tiếng lừng lẫy xa gần,
**汉语意译：**名字显赫中越地，

**喃字原文：**威風唛吡捛才南天。
**越南语译：**Uy phong lừng lẫy cậy tài nam thiên.
**汉语意译：**威力无比震南寰。

**喃字原文：**精兵威武雄强，
**越南语译：**Tinh binh uy vũ hùng cường,
**汉语意译：**精兵强将声威扬，

**喃字原文：**釖鎌銃法喑喑如雷。
**越南语译：**Dao gươm súng phép ầm ầm như lôi.
**汉语意译：**刀剑枪声如雷响。

**喃字原文：**打朱賊法哉排，
**越南语译：**Đánh cho giặc pháp tơi bời,
**汉语意译：**粉碎法军各据点，

**喃字原文：**𡋂𦓡屯𠰳贼𡎢空安。
**越南语译：**Nơi nào đồn ấy giặc ngồi không yên.
**汉语意译：**闻风丧胆无阻挡。

**喃字原文：**陣打唥吡接連，
**越南语译：**Trận đánh lừng lẫy tiếp liền,
**汉语意译：**战斗连续取胜利，

**喃字原文：**勝陣信慍泣沔边疆。
**越南语译：**Thắng trận tin vui khắp miền biên cương.
**汉语意译：**边境欢腾捷报传。

**喃字原文：**打朱賊法驚慌，
**越南语译：**Đánh cho giặc pháp kinh hoàng,
**汉语意译：**打得法贼失魂魄，

**喃字原文：**停沛揧軍退𨖅越南。
**越南语译：**Đành phải rút quân lui sang Việt Nam.
**汉语意译：**屯兵休整越边关。

**喃字原文：**認特命令上官，
**越南语译：**Nhận được mệnh lệnh thượng quan,
**汉语意译：**上级命令要接受，

**喃字原文：**領軍打法𪠞𨖅渃伴。
**越南语译：**Lĩnh quân đánh pháp đi sang nước bạn.
**汉语意译：**领兵援越抗法寇。

**喃字原文：**光達該隊渃南，
**越南语译：**Quang Đạt cai đội nước nam,
**汉语意译：**光达驻越管治队，

**喃字原文：**陽平㖫賊買𨖅邊尼。
**越南语译：**Dương Bình đuổi giặc mới sang bên này.
**汉语意译：**阳平追敌刚来到。

**喃字原文：** 英𡛔没𡐙𨷈𠫾，
**越南语译：** Anh em một chỗ gần đấy,
**汉语意译：** 兄弟同驻近一地，

**喃字原文：** 𩛷尼光達賊扒𠓨囚，
**越南语译：** Sau này Quang Đạt giặc bắt vào tù,
**汉语意译：** 光达被捉监狱里，

**喃字原文：** 賊𥙩杠鐵𨇉䟻，
**越南语译：** Giặc lấy gông sắt cùm chân,
**汉语意译：** 铁镣枷锁扣在身，

**喃字原文：** 光達𥪝囚沛停𤴬疠。
**越南语译：** Quang-Đạt trong tù phải đành chịu đau.
**汉语意译：** 受尽折磨受尽逼。

**喃字原文：** 陽平法箭𢯏𠓨，
**越南语译：** Dương-Bình phép tiễn buông vào,
**汉语意译：** 阳平设法进里面，

**喃字原文：** 仍丐杠鐵如鈳破哉；
**越南语译：** Những cái gông sắt như chảo vỡ tơi;
**汉语意译：** 击碎铁镣和手铐；

**喃字原文：** 𠀧英渔艺典𡗶，
**越南语译：** Ba anh ngư nghệ đến nơi,
**汉语意译：** 渔民三人同相助，

**喃字原文：** 救黜光達𢬣𠯹感恩。
**越南语译：** Cứu ra Quang Đạt hết lời cảm ơn.
**汉语意译：** 救出光达感恩报。

**喃字原文：** 自欺矯軍𨖅南，
**越南语译：** Từ khi kéo quân sang nam,
**汉语意译：** 自从率军到越南，

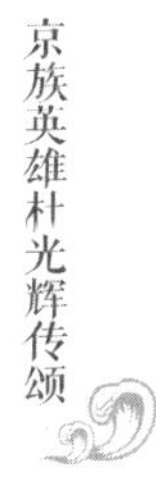

**喃字原文：** 貝法對敵連續空宜；
**越南语译：** Với pháp đối địch liên tục không ngơi;
**汉语意译：** 同敌多次相交锋；

**喃字原文：** 打特䜹陣勝𣈙，
**越南语译：** Đánh được nhiều trận thắng rồi,
**汉语意译：** 胜仗不断相接连，

**喃字原文：** 翁𠚢𠢞渃事𠁀成功。
**越南语译：** Ông ra giúp nước sự đời thành công.
**汉语意译：** 援越抗法立战功。

**喃字原文：** 陽平𢫃軍𨖲𡶀，
**越南语译：** Dương-Bình kéo quân lên núi,
**汉语意译：** 阳平率军占山头，

**喃字原文：** 𡶀𱜢高一時占上鋒；
**越南语译：** Núi nào cao nhất thì chiếm thượng phong;
**汉语意译：** 占据最高主峰口；

**喃字原文：** 賊法圍㩫重重，
**越南语译：** Giặc pháp vây bọc trùng trùng,
**汉语意译：** 法军重重围四周，

**喃字原文：** 㐌固天日時空𢥈之。
**越南语译：** Đã có thiên nhật thì không lo gì.
**汉语意译：** 天时地利咱不忧。

**喃字原文：** 軍悲𠹾渚慱之，
**越南语译：** Quân bay đừng chớ sợ chi,
**汉语意译：** 吩咐官兵静候之，

**喃字原文：** 糧食空固些時咹笀；
**越南语译：** Lương thực không có ta thì ăn măng;
**汉语意译：** 粮食用完笋充饥；

**喃字原文：** 笋𣘃咹吡𠤩𣈜，
**越南语译：** Măng tre ăn đủ bảy ngày,
**汉语意译：** 剥笋为食足七日，

**喃字原文：** 决志打贼庄碍餒飫。
**越南语译：** Quyết chí đánh giặc chẳng ngại đói no.
**汉语意译：** 忘记饥饿来杀敌。

**喃字原文：** 翁䠓𨕭𡶀賒𨁍，
**越南语译：** Ông đứng trên núi xa dò,
**汉语意译：** 站在山顶远处瞭，

**喃字原文：** 𢬣時題𡨸“𡶀尼一高”。
**越南语译：** Tay thì đề chữ “núi này nhất cao”.
**汉语意译：** 执笔题“此峰最高”⑤。

**喃字原文：** 𨕭𡶀尼實羅高，
**越南语译：** Trên núi này thật là cao,
**汉语意译：** 凭顶一览众山小，

**喃字原文：** 騰雲駕霧六韬神通。
**越南语译：** Đằng vân giá vũ lục thao thần thông.
**汉语意译：** 大显神通施六韬⑥。

**喃字原文：** 旗些𨕭𡶀𩙻纵，
**越南语译：** Cờ ta trên núi bay tung,
**汉语意译：** 战旗插在高山上，

**喃字原文：** [illegible]th𦀊結绩急用摔退，
**越南语译：** Chém rợ kết giây kíp dùng rút lui,
**汉语意译：** 林中砍藤把绳结，

**喃字原文：** 拖𨑗邊𡶀空𠊚，
**越南语译：** Thả xuống bên núi không người,
**汉语意译：** 于山崖处把绳放，

**喃字原文：**蹺𦀊麻𧽈買唉成功。
**越南语译：**Theo giây mà xuống mới hỡi thành công.
**汉语意译：**人随绳下成功撤。

**喃字原文：**贼法圍撲籠纵，
**越南语译：**Giặc pháp vây bọc lung tung,
**汉语意译：**敌军阵前围攻忙，

**喃字原文：**點軍怒扒𠀧𠢞貼些。
**越南语译：**Điểm quân nó bắt ba lính của ta.
**汉语意译：**撤后清点少三员。

**喃字原文：**陽平熄𠎪𣋚吧，
**越南语译：**Dương Bình tức lắm rồi va,
**汉语意译：**激怒阳平报仇恨，

**喃字原文：**打法“火箭”即羅㩫𣈜。
**越南语译：**Đánh “phép” hỏa tiễn tức là buông ngay.
**汉语意译：**施法“火箭”发前沿。

**喃字原文：**法靈庄固埃齐，
**越南语译：**“Phép” linh chẳng có ai tày,
**汉语意译：**“火箭”威力无人比，

**喃字原文：**轉蹎动岃转𢬣动棱；
**越南语译：**Chuyển chân động núi chuyển tay động rừng;
**汉语意译：**发中之处山林动；

**喃字原文：**䓣核𨕭岃烢焩，
**越南语译：**Cỏ cây trên núi cháy bừng,
**汉语意译：**山上草树燃烈火，

**喃字原文：**灾害貼怒机蒸䊸兵。
**越南语译：**Tai hại của nó cơ chừng ngàn binh.
**汉语意译：**敌军失败够惨重。

**喃字原文：**陣打勝利信㑏，
**越南语译：**Trận đánh thắng lợi tin mừng,
**汉语意译：**抗法战争取胜利，

**喃字原文：**祂渃者衛越南𦤾共。
**越南语译：**Lấy nước giả về Việt Nam cuối cùng.
**汉语意译：**为越收复失陷地。

**喃字原文：**㦖朱對渃交通，
**越南语译：**Muốn cho đôi nước giao thông,
**汉语意译：**纷飞战火交友谊，

**喃字原文：**越南中國通同貝繞。
**越南语译：**Việt Nam Trung Quốc thông đồng với nhau.
**汉语意译：**越中两国唇相依。

**喃字原文：**碑矺掑𡨸凿羅，
**越南语译：**Bia đá xoi chữ tạc là,
**汉语意译：**石碑铭刻英雄字，

**喃字原文：**功名第一𠸜羅杜光輝。
**越南语译：**Công danh đệ nhất tên là Đỗ Quang-Huy.
**汉语意译：**光辉功名排第一。

**喃字原文：**義務國際暫期，
**越南语译：**Nghĩa vụ quốc tế tạm kỳ,
**汉语意译：**国际义务暂至期，

**喃字原文：**翁黜芮鄂筏衛福安。
**越南语译：**Ông ra Núi Ngọc bè về Phúc-Yên.
**汉语意译：**鄂山回到福安居。

**喃字原文：**福安羅坦圭茹，
**越南语译：**Phúc-Yên là đất quê nhà,
**汉语意译：**福安是其家乡地，

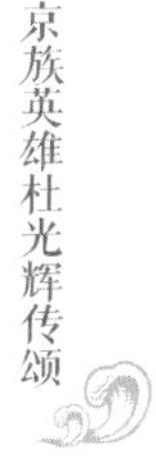

**喃字原文**：𢆥翁欺𧘇𠇍羅罘四。
**越南语译**：Tuổi ông khi ấy vừa là bốn tư.
**汉语意译**：退役时龄四十四。

**喃字原文**：衛茹吻𠬠柴师，
**越南语译**：Về nhà vẫn làm thầy sư,
**汉语意译**：返回乡下做师傅，

**喃字原文**：𠬠䛃役卒義務常川。
**越南语译**：Làm nhiều việc tốt nghĩa vụ thường xuyên.
**汉语意译**：常为村民解愁绪。

**喃字原文**：朱典𢆥乙亥年，
**越南语译**：Cho đến năm ất hợi niên,
**汉语意译**：直至乙亥年时止，

**喃字原文**：翁𠔭进𠔭𢆥鹤寿终。
**越南语译**：Ông tám mươi tám tuổi hạc thọ chung.
**汉语意译**：寿辰八八驾鹤去。

**喃字原文**：功翁救渃民恩，
**越南语译**：Công ông cứu nước dân ơn,
**汉语意译**：救国功高万民仰，

**喃字原文**：𢭸越打法志𡘯欣𡗶。
**越南语译**：Giúp việt đánh pháp chí lớn hơn trời.
**汉语意译**：援越抗法浩然气。

**喃字原文**：㗂𡃹凿𠓨史時，
**越南语译**：Tiếng thơm tạc vào sử thời,
**汉语意译**：光辉事迹载青史，

**喃字原文**：中越共同打法閅𠁀𤈜名。
**越南语译**：Trung việt cùng đồng đánh pháp muôn đời rạng danh.
**汉语意译**：并肩抗法美名扬。

**喃字原文：**啫吨唛吼村城，
**越南语译：**Tiếng đồn lừng lẫy thôn thành,
**汉语意译：**声望显赫各城乡，

**喃字原文：**斯賒抌吏嗜名底䄍。
**越南语译：**Gần xa đem lại thơm danh để đời.
**汉语意译：**广传英名世流芳。

**喃字原文：**準傳後世埃埃，
**越南语译：**Chốn truyền hậu thế ai ai,
**汉语意译：**京族后世人人颂，

**喃字原文：**混混招招䄍䄍恅恩。
**越南语译：**Con con cháu cháu đời đời nhớ ơn.
**汉语意译：**子孙万代永奉供。

**喃字原文：**立䊷𨕭亭奉蜍，
**越南语译：**Lập ngôi trên đình phụng thờ,
**汉语意译：**哈亭立位来祭拜，

**喃字原文：**欺㹆唛吼㩫時英靈。
**越南语译：**Khi sống lừng lẫy thác thì anh linh.
**汉语意译：**生为人杰死英雄。

**喃字原文：**丕固詩浪：
**越南语译：**Vậy có thơ rằng:
**汉语意译：**后有诗云：

**喃字原文：**翁杜光輝蒔稚𢇲，
**越南语译：**Ông Đỗ Quang-Huy thời trẻ tuổi,
**汉语意译：**青年时代杜光辉，

**喃字原文：**學特法唯⼕法师。
**越南语译：**Học được phép dõi làm pháp sư.
**汉语意译：**学得法则成法师。

**喃字原文：**撰役为渃𠫾從軍，
**越南语译：**Chọn việc vì nước đi tòng quân,
**汉语意译：**选择为国从军路，

**喃字原文：**加入抗法軍黑旗。
**越南语译：**Gia nhập kháng pháp quân hắc kỳ.
**汉语意译：**加入抗法举黑旗。

**喃字原文：**𣎀𣈜輪灅塳边疆，
**越南语译：**Đêm ngày lặn lội vùng biên cương,
**汉语意译：**日夜跋涉在边疆，

**喃字原文：**庄𢜝𧁷巾哗生死。
**越南语译：**Chẳng sợ khó khăn và sinh tử.
**汉语意译：**不畏生死不畏难。

**喃字原文：**行風行雨游边界，
**越南语译：**Hành phong hành vũ du biên giới,
**汉语意译：**行风行雨游边界，

**喃字原文：**如𩆐如𩄴啭九重。
**越南语译：**Như sấm như sét chuyển cửu trùng.
**汉语意译：**如电如雷震九寰。

**喃字原文：**容儀凜凜滝芮动，
**越南语译：**Dung nghi lẫm lẫm sông núi động,
**汉语意译：**容仪凛凛山河震，

**喃字原文：**氣勢轟轟鬼魂驚。
**越南语译：**Khi thế oanh oanh quỷ hồn kinh.
**汉语意译：**气势轰轰鬼魂惊。

**喃字原文：**管該𠄩渃坦边界，
**越南语译：**Quản cai hai nước đất biên giới,
**汉语意译：**管理两国边界地，

**喃字原文：** 權揄兵馬隊義兵。
**越南语译：** Quyền nắm binh mã đội nghĩa binh.
**汉语意译：** 权掌兵马义军营。

**喃字原文：** 𢬣拎銃釖打贼法，
**越南语译：** Tay cầm súng dao đánh giặc pháp,
**汉语意译：** 手执刀枪平法贼，

**喃字原文：** 拎旗寶劍斬頭凶。
**越南语译：** Cầm cờ bảo kiếm chém đầu hung.
**汉语意译：** 掌旗举剑斩元凶。

**喃字原文：** 扒奸折賊閅萬衆，
**越南语译：** Bắt gian giết giặc muôn vạn chúng,
**汉语意译：** 捉寇歼敌千万众，

**喃字原文：** 保國扶民世興隆。
**越南语译：** Bảo quốc phù dân thế hưng long.
**汉语意译：** 保国护民世兴隆。

**喃字原文：** 氣魄騰雲達邊界，
**越南语译：** Khí phách đằng vân đạt biên giới,
**汉语意译：** 气魄腾云达边关，

**喃字原文：** 志心誠懇救萬民。
**越南语译：** Chí tâm thành khẩn cứu vạn dân.
**汉语意译：** 志心诚恳救万民。

**喃字原文：** 奉公大量逞英雄，
**越南语译：** Phụng công đại lượng sính anh hùng,
**汉语意译：** 奉公大量逞英雄，

**喃字原文：** 事業南疆顯義忠。
**越南语译：** Sự nghiệp nam cương hiển nghĩa trung.
**汉语意译：** 事业南疆表忠心。

**喃字原文：**打𠴍賊法爲安邦，
**越南语译：**Đánh đuổi giặc pháp vì an bang,
**汉语意译：**为国安宁把贼驱，

**喃字原文：**肝膽𡗶坦哨底𣈜。
**越南语译：**Gan đảm giời đất tiếng để đời.
**汉语意译：**肝胆乾坤永不移。

**喃字原文：**日月四海别名士，
**越南语译：**Nhật nguyệt tứ hải biết danh sĩ,
**汉语意译：**日月四海知名士，

**喃字原文：**護國安民留青史。
**越南语译：**Hộ quốc an dân lưu thanh sử.
**汉语意译：**护国安民留青史。

注释：

①杜光辉是沥尾京族人，出生于1840年，1873年至1884年组织义军参加抗法黑旗军，与汉、壮、瑶各族人民奋起自卫，转战在中越边境线上，还曾奔援越南芒街等地，与越南人民并肩作战。于1928年逝世，终年88岁。

②光达：杜光辉的弟弟。他被官府派驻越南，任中越驻沥柱海河口联合管辖队官员。

③阳平：杜光辉当法师时的法号。

④福安：沥尾村旧时村名。

⑤据说在越南边境的两座山上，分别存有杜光辉题字“此峰最高”和刻着“功名第一杜光辉”的石碑。

⑥六韬：古兵法。

说明：

此诗摘自杜氏家族朝拜文（京语叫朝文），由杜福朝、杜玉彬、杜玉光编颂。苏维芳收集其旧朝拜文，并通过深入采访上述老人，重新改编为新朝拜文，供杜氏家族供祭颂念。

# 京族统领苏光清

喃字原文：户蘇族屬，𥚄德祖先，
越南语译：Họ Tô tộc thuộc, lạy đức tổ tiên,
汉语意译：苏氏家族，德拜祖先，

喃字原文：噠排诗篇，𠁀𠁀流傳。
越南语译：Đặt bài thơ thiên, đời đời lưu truyền.
汉语意译：颂篇诗文，世代传唱。

喃字原文：𡥵𡥙敬念，𠸜蘇光清，
越南语译：Con cháu kính niệm, tên Tô Quang-Thanh,
汉语意译：子孙敬念，名苏光清[1]，

喃字原文：茹時柴蘇，上承祖师。
越南语译：Nhà thì thầy to, thượng thừa tổ sư.
汉语意译：祖上承师，[2]父亦大师。

喃字原文：吒蘇庭貴，生特𠄼𡥵：
越南语译：Cha Tô Đình-Quý, sinh được năm con:
汉语意译：父苏庭贵，生儿五人：[3]

喃字原文：光祥達𥘷，光玉顯𡮣。
越南语译：Quang Tường Đạt lớn, Quang Ngọc Hiển bé.
汉语意译：光祥、光达、光玉、光显。

喃字原文：光清次𠀧，吒迻學府，
越南语译：Quang-Thanh thứ ba, cha Đưa học phủ,
汉语意译：三子光清，父送学府[4]，

喃字原文：𢶢學勤劬，坤𠰺聰明，
越南语译：Chăm học cần cù, khôn khéo thông minh,
汉语意译：勤习经文，聪慧聆明，

喃字原文：官府𥌀𢧚，朱𫜵役府，
越南语译：Quan phủ coi nên, cho làm việc phủ,
汉语意译：官府看中，留府干事，

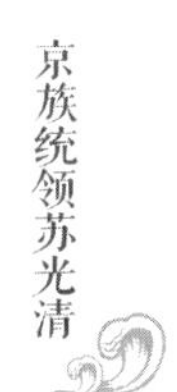

**喃字原文：** 固功不貟，蒔𥘷𫜵官。
**越南语译：** Cố công bất phụ, thời trẻ làm quan.
**汉语意译：** 不负众望，年轻为官。

**喃字原文：** 固差悔改，决志𫥨高，
**越南语译：** Có sai hối cải, quyết chí nên cao,
**汉语意译：** 逢错必改，决意进取，

**喃字原文：** 里役副総，寧海総官。
**越南语译：** Lý dịch phó tổng, Ninh Hải tổng quan.
**汉语意译：** 里役副总，宁海总官。

**喃字原文：** 統領民廊，打𠯿艚西，
**越南语译：** Thống lĩnh dân làng, đánh đuổi tàu tây,
**汉语意译：** 统领乡民，驱逐洋船，

**喃字原文：** 艚渚𣡚𦵚，𢜝㧅敢𠓨。
**越南语译：** Tàu chở thuốc phiện, sợ chẳng dám vào.
**汉语意译：** 船运鸦片，害怕逃离。

**喃字原文：** 仍賊邪道，算打𠨪廊，
**越南语译：** Những giặc tà đạo, toan đánh cướp làng,
**汉语意译：** 强贼邪道，企图劫村，

**喃字原文：** 翁領民衆，打伮消散。
**越南语译：** Ông lĩnh dân chúng, đánh nó tiêu tan.
**汉语意译：** 率领村民，打其四散。

**喃字原文：** 㧅碍𦱊巾，官勤差遣，
**越南语译：** Chẳng ngại khó khăn, quan cần sai  khiến,
**汉语意译：** 不畏困难，差使勤恳，

**喃字原文：** 保家衛國，盡職奉獻。
**越南语译：** Bảo gia vệ quốc, tận chức phụng hiến.
**汉语意译：** 保家卫国，尽职奉献。

**喃字原文：** 翁爫柴奇，號字法仙，
**越南语译：** Ông làm thầy cả, hiệu tự pháp tiên,
**汉语意译：** 他做大师，字号法仙，

**喃字原文：** 文台纹唯，法顯無邊。
**越南语译：** Văn hay chữ giỏi, phép hiển vô biên.
**汉语意译：** 文墨精通，法显无边。

**喃字原文：** 課翁平生，打賊𡨹廊，
**越南语译：** Thuở ông bình sinh, đánh giặc giữ làng,
**汉语意译：** 光清生平，战贼护村，

**喃字原文：** 𢗼料役亭，𡨹坦朱民。
**越南语译：** Lo liệu việc đình, giữ đất cho dân.
**汉语意译：** 操心哈亭，守乡为民。

**喃字原文：** 要渃要茹，民稱“官吒”，
**越南语译：** Yêu nước yêu nhà, dân xưng “quan cha”,
**汉语意译：** 爱国爱家，民称“父官”，

**喃字原文：** 噲𩲡“総清”，稱名“統領”。
**越南语译：** Gọi tên “Tổng Thanh”, xưng danh Thống Lĩnh.
**汉语意译：** 呼名“清总”⑤，敬称“统领”⑥。

**喃字原文：** 圭翁羅於福安，
**越南语译：** Quê ông là ở Phúc Yên,
**汉语意译：** 生于故土福安村，

**喃字原文：** 吒媄要傷貴悗長成。
**越南语译：** Cha mẹ yêu thương quý mến trưởng thành.
**汉语意译：** 父母抚育长成人。

**喃字原文：** 铖迣吒迻學行，
**越南语译：** Nên mười cha đưa học hành,
**汉语意译：** 幼时得父送学堂，

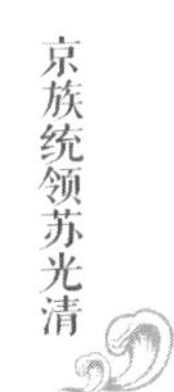

**喃字原文：**迻蕰學府學行朱𢧚。
**越南语译：**Đưa lên học phủ học hành cho nên.
**汉语意译：**尊师重道习诗文。

**喃字原文：**聰明𡓃固性天，
**越南语译：**Thông minh vốn có tính thiên,
**汉语意译：**本性聪明如天禀，

**喃字原文：**學業才唯𫜵𢧚役府。
**越南语译：**Học nghiệp tài giỏi làm nên việc phủ.
**汉语意译：**成绩斐然府当任。⑦

**喃字原文：**固功時𡗶不負，
**越南语译：**Cố công thì trời bất phụ,
**汉语意译：**皇天不负有心人，

**喃字原文：**吒媄𢜠𢘾修府成身。
**越南语译：**Cha mẹ mừng rỡ tu phủ thành thân.
**汉语意译：**成材深慰父母心。

**喃字原文：**𠸤𤳆𫜵役殷勤，
**越南语译：**Mong con làm việc ân cần,
**汉语意译：**嘱儿凡事需殷勤，

**喃字原文：**𣉹𢖖𢜝德家神祖宗。
**越南语译：**Mai sau nhờ đức gia thần tổ tông.
**汉语意译：**日后承蒙祖宗恩。

**喃字原文：**𫜵𢧚官奇成功，
**越南语译：**Làm nên quan cả thành công,
**汉语意译：**事业显荣官上任，

**喃字原文：**綏業家室𤳆𧏵特𢧚。
**越南语译：**Nối nghiệp gia thất con rồng được nên.
**汉语意译：**家业龙子来继承。

**喃字原文：**黼欺戰争鸦片，
**越南语译：**Trước khi chiến tranh a phiến,
**汉语意译：**鸦片战争之前夕，

**喃字原文：**林則徐𦤾浽沔廣東。
**越南语译：**Lâm Tắc-Từ đến biển miền Quảng Đông.
**汉语意译：**林则徐巡广东时。[8]

**喃字原文：**禁𦺓𦲿西流通，
**越南语译：**Cấm thuốc phiện tây lưu thông,
**汉语意译：**操办禁烟诸事宜，

**喃字原文：**𫜵害民衆染中𠻃𠓨。
**越南语译：**Làm hại dân chúng nhiễm trúng hút vào.
**汉语意译：**烟土害民必禁止。

**喃字原文：**光清庄别爲牢，
**越南语译：**Quang-Thanh chẳng biết vì sao,
**汉语意译：**不知光清是何因，

**喃字原文：**染沛𪓇𠻃𪓇𠓨艔迻。
**越南语译：**Nhiễm phải trộm hút ra vào đò đưa.
**汉语意译：**出入渡船[9]烟毒染。

**喃字原文：**官别伮呐拯𢵰，
**越南语译：**Quan biết nó nói chẳng chừa,
**汉语意译：**官府责备及提醒，

**喃字原文：**浪：“𫜵役府埃𠳐失修。”
**越南语译：**Rằng: “Làm việc phủ ai ngờ thất tu.”
**汉语意译：**道：“在府任职勿丧誉。”

**喃字原文：**官府扒翁𠓨囚，
**越南语译：**Quan phủ bắt ông vào tù,
**汉语意译：**府官抓其入监牢，

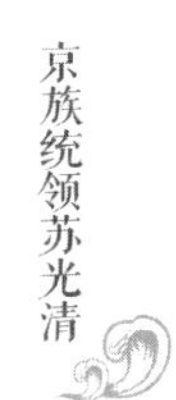

**喃字原文：** 欺尼買别失修苦極。
**越南语译：** Khi nay mới biết thất tu khổ cực.
**汉语意译：** 此时方为丧志愁。

**喃字原文：** 𨁟𢚸肝腌倍愊，
**越南语译：** Trong lòng gan dạ bội bực,
**汉语意译：** 心极憋闷人烦恼，

**喃字原文：** 𢚸翁悔恨𠰘及吟詩：
**越南语译：** Lòng ông hối hận miệng cập ngâm thơ:
**汉语意译：** 追悔莫及口吟诗：

**喃字原文：** “艔迻羅準頑儀，
**越南语译：** “Đò đưa là chốn ngoan nghì,
**汉语意译：** “渡船是处顺人意，

**喃字原文：** 𫯳𪠞特媍㛪𪠞特𫯳，
**越南语译：** Giai đi được vợ gái đi được chồng,
**汉语意译：** 女去觅夫男寻妇，

**喃字原文：** 碎尼𪠞𨀒塘窮，
**越南语译：** Tôi nay đi bước đường cùng,
**汉语意译：** 唯吾走上穷末路，

**喃字原文：** 𫜵朱失名失望失調。
**越南语译：** Làm cho thất danh thất vọng thất điều.
**汉语意译：** 威望扫地损名誉。

**喃字原文：** 𪮏些㐌固罪𫇿，
**越南语译：** Dù ta đã có tội nhiều,
**汉语意译：** 苦果自食罪自受，

**喃字原文：** 𡗶麻𩆍𩄲鈽𨪏拱散。
**越南语译：** Giời mà sấm sét buá rìu cũng tan.
**汉语意译：** 惹得天怒雷碎斧。

**喃字原文：**𠃅淬擁𢭲𤇮濫，
**越南语译：**Đã trót dúng tay vào tràm,
**汉语意译：**事既自手惹火烧，

**喃字原文：**㥉時𠃅别坤𫜵牢低。
**越南语译：**Dại thì đã biết khôn làm sao đây.
**汉语意译：**聪明一世糊涂误。

**喃字原文：**共燒𢷀𠸠没𣈜，
**越南语译：**Cùng nhau mắc tiếng một ngày,
**汉语意译：**念及同事之交谊，

**喃字原文：**志吔胡義𢯏𦀊牢停。
**越南语译：**Chí dù hồ nghĩa dứt dây sao đành.
**汉语意译：**怎可无情断绝义。

**喃字原文：**量𨕭瞭𥙩情庄，
**越南语译：**Lượng trên xét lấy tình chăng,
**汉语意译：**尊严舍弃乞原谅，

**喃字原文：**箔顛埃固惜𨉟𫜵之。”
**越南语译：**Bạc đen ai có tiếc mình làm chi.”
**汉语意译：**无常之徒惜情义。”

**喃字原文：**𨖅獄嘆悔没欺，
**越南语译：**Trong ngục than hối một khi,
**汉语意译：**当时狱中自悔叹，

**喃字原文：**𡨹獄䀡𧡊即時報官。
**越南语译：**Giữ ngục nghe thấy tức thì báo quan.
**汉语意译：**狱卒听闻即报官。

**喃字原文：**官别伮𦤾𠳨𠿯：
**越南语译：**Quan biết nó đến hỏi han:
**汉语意译：**官人知悉便细问：

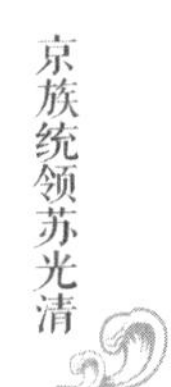

**喃字原文：**“悲固别馗嘆慍羅埃？”
**越南语译：**“Bay có biết tên than buồn là ai？”
**汉语意译：**“不知愁叹是何人？”

**喃字原文：**䋥獄買哋呈啡：
**越南语译：**Giữ ngục mới dạ trình bày:
**汉语意译：**狱卒应言细呈禀：

**喃字原文：**“𡥵固别伮羅𠊛光清。”
**越南语译：**“Con có biết nó là người Quang Thanh.”
**汉语意译：**“此人乃是苏光清。”

**喃字原文：**𣋚𣈕官傳𠚢𧼋，
**越南语译：**Hôm sau quan truyền ra nhanh,
**汉语意译：**次日长官来传讯，

**喃字原文：**光清駭雄𩈘撐驚魂。
**越南语译：**Quang Thanh hãi hùng mặt xanh kinh hồn.
**汉语意译：**光清惊骇面失措。

**喃字原文：**官浪：“知罪繩𡥵，
**越南语译：**Quan rằng:“Tri tội thằng con,
**汉语意译：**喝问：“小伙可知罪，

**喃字原文：**𣋚戈𨖅獄㕵喂調之？”
**越南语译：**Hôm qua trong ngục ví von điều gì？”
**汉语意译：**昨日狱中犯何规？”

**喃字原文：**清浪：“𡥵拯𫜵之，
**越南语译：**Thanh rằng: “Con chẳng làm chi,
**汉语意译：**清道：“狱中无犯事，

**喃字原文：**沛囚悔恨𡥵時吟詩。”
**越南语译：**Phải tù hối hận con thì ngâm thơ.”
**汉语意译：**囚禁思悔吟诗书。”

喃字原文：官𧡊嬌𠊛哪𠽔：
越南语译：Quan thấy kiểu người vâng thưa:
汉语意译：长官闻知人懂理：

喃字原文：“詩之吟吏悲除蚤𦖑。”
越南语译：“Thơ gì ngâm lại bay giờ tao nghe.”
汉语意译：“准其复吟所作诗。”

喃字原文：光清喝吏咦嗚，
越南语译：Quang Thanh hát lại véo ve,
汉语意译：歌声清脆极悦耳，

喃字原文：排詩情悔如蟡叫愁。
越南语译：Bài thơ tình hối như ve kêu sầu.
汉语意译：追悔心如蝉鸣绪。

喃字原文：官𦖑歇𫢩吶句：
越南语译：Quan nghe hết rồi nói câu:
汉语意译：长官听罢发言语：

喃字原文：“繩尼羅將嗜坤𠊛才。
越南语译：“Thằng này là tướng khéo khôn người tài.
汉语意译：“小厮乃是机灵人。

喃字原文：蚤哏朱眉𣈜𣈕，
越南语译：Tao hẹn cho mày ngày mai,
汉语意译：改日吾必再转来，

喃字原文：嗨眉答特没𠄩朱𧗱。”
越南语译：Hỏi mày đáp được một hai cho về.”
汉语意译：解答询问释你回。”

喃字原文：𣋚𢖖官嗨没𤿤：
越南语译：Hôm sau quan hỏi một bề:
汉语意译：次日长官问异题：

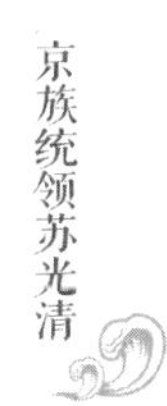

**喃字原文：**“緾眉固别楼黰世帝？”
**越南语译：**“Thằng mày có biết trâu đen thế nào?”
**汉语意译：**“可知黑牛是何样？”

**喃字原文：**光清量濕擬高，
**越南语译：**Quang-Thanh lượng thấp nghĩ cao,
**汉语意译：**光清深思一会儿，

**喃字原文：**即時者吏詩包仍啀：
**越南语译：**Tức thì trả lại thơ bao những lời:
**汉语意译：**吟诵诗书作答言：

**喃字原文：**“楼黰伮拱如獁，
**越南语译：**“Trâu đen nó cũng như voi,
**汉语意译：**“黑牛身庞似大象，

**喃字原文：**似浪板埕塘鐳吻群。
**越南语译：**Như rằng ván nát đàng xoi vẫn còn.
**汉语意译：**似木板残凹槽陈。

**喃字原文：**樣穹怒吏拖㾺，
**越南语译：**Dường khung nó lại đỡ mòn,
**汉语意译：**象般架骼永坚韧，

**喃字原文：**搊樆骨格唉群躸穹。”
**越南语译：**So le cốt cách hởi còn mình khung.”
**汉语意译：**骨格参差庞物恒。”

**喃字原文：**官聴仍調始終，
**越南语译：**Quan nghe những điều thủy chung,
**汉语意译：**长官听毕频点头，

**喃字原文：**啨浪坤嗃如𨖲秀才。
**越南语译：**Khen rằng khôn khéo như trong tú tài.
**汉语意译：**称赞艺通如秀才。

喃字原文：官令𡨹獄𢯏𠊛，
越南语译：Quan lệnh giữ ngục thả ngài,
汉语意译：遂令狱卒把镣开，

喃字原文：群償錢鉑𢯏𣦍𠚢衛。
越南语译：Còn thưởng tiền bạc thả ngay ra về.
汉语意译：放人亦兼赏钱银。

喃字原文：光清感動心𢣇，
越南语译：Quang-Thanh cảm động tâm mê,
汉语意译：光清感激动心情，

喃字原文：跪𨀎𥚄謝拯怩𡥵𠴕：
越南语译：Quỳ xuống lạy tạ chẳng nề con thưa:
汉语意译：官前跪拜表衷情：

喃字原文：“𥚄吒𥚄媄𡥵𢜝，
越南语译：“Lạy cha lạy mẹ con chữa,
汉语意译：“参天拜地我发誓，

喃字原文：𡥵拯敢𨀎艔迻姅𠻀。”
越南语译：Con chẳng dám xuống đò đưa nữa rồi.”
汉语意译：远离鸦片拒毒瘾。”

喃字原文：衛茹呈寔每𠳒，
越南语译：Về nhà trình thật mọi lời,
汉语意译：光清回家诉实言，

喃字原文：吒媄別事𢢆𠻀勸𡥵：
越南语译：Cha mẹ biết sự giận rồi khuyên con:
汉语意译：父母气极却劝儿：

喃字原文：“𡥵羅君子才坤，
越南语译：“Con là quân tử tài khôn,
汉语意译：“儿是人才孝君子，

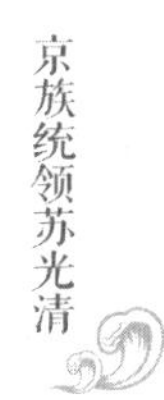


**喃字原文：**𡥵㐌悔恨如𥒥鐄熣。
**越南语译：**Con đã hối hận như hòn vàng soi.
**汉语意译：**金镜指明悔定知。”

**喃字原文：**𠬠𠊚𠓀㨂𢖖䁛，
**越南语译：**Làm người trước nghĩ sau coi,
**汉语意译：**前思后虑人常理，

**喃字原文：**自尼吒引吣𡥵𠬠柴。”
**越南语译：**Từ nay cha dẫn dạy con làm thầy.”
**汉语意译：**自此随父去学师。”

**喃字原文：**𦖑吒𠫾悔罪𣦍，
**越南语译：**Nghe cha đi hối tội ngay,
**汉语意译：**父亲携儿去悔罪，

**喃字原文：**佛前𠄩𠊚誦排𢖖低：
**越南语译：**Phật tiền hai người tụng bài sau đây:
**汉语意译：**佛前父子诵恳文：

**喃字原文：**“𥚄德上帝，權法無邊，
**越南语译：**“Lạy đức thượng đế, quyền pháp vô biên,
**汉语意译：**“伏拜上帝，法权无边，

**喃字原文：**立地開天，化生𨷈𥠯。”
**越南语译：**Lập địa khai thiên, hóa sinh muôn giống.”
**汉语意译：**开天立地，化生万族。”

**喃字原文：**𡥵尼沙沈，𢙱𦛌𣋁沁，
**越南语译：**Con nay sa đắm, lòng dạ tối tăm,
**汉语意译：**孩儿沉湎，心里昏眩，

**喃字原文：**墮鐄艱迍，𢵋鐄罪磊。
**越南语译：**Đọa vòng gian chuân, mắc vòng tội lỗi.
**汉语意译：**堕进艰迍，陷入罪愆。

**喃字原文：**䢖𣇞懺罪，𦎛丿咹𠰺，
**越南语译：**Ngày giờ sám tội, giây phút ăn năn,
**汉语意译：**时日悔过，痛改前非，

**喃字原文：**朱㤇𡥵𥪝，䏧𡥵瀝創。
**越南语译：**Cho lòng con trong, dạ con sạch sáng.
**汉语意译：**保持心洁，扶心明晰。

**喃字原文：**破質痴暗，開智慧根，
**越南语译：**Phá chất si ám, khai trí tuệ căn,
**汉语意译：**破质痴念，开智慧根，

**喃字原文：**口意身心，愿爈揾攮。
**越南语译：**Khẩu ý thân tâm, nguyện rèn uốn nắn.
**汉语意译：**口意顺心，愿炼纠正。

**喃字原文：**魔邪賒另，鬼魅不侵，
**越南语译：**Ma tà xa lánh, quỷ mị bất xâm,
**汉语意译：**远离魔邪，鬼魅不侵，

**喃字原文：**瀝擒蓓塵，業根斷絶。
**越南语译：**Sạch giũ bụi trần, nghiệp căn đoạn tuyệt,
**汉语意译：**洗净尘世，断绝世障。

**喃字原文：**朱㤇堅决，念念咒文，
**越南语译：**Cho lòng kiên quyết, niệm niệm chú văn,
**汉语意译：**志心坚决，念念咒文，

**喃字原文：**隊德慈仁，無窮無極。
**越南语译：**Đội đức từ nhân, vô cùng vô cực.
**汉语意译：**承蒙慈仁，无穷无极。

**喃字原文：**仙香真㶒，傳感九天，
**越南语译：**Tiên hương chân nức, truyền cảm cửu thiên,
**汉语意译：**仙香馥郁，传感九天，

**喃字原文：**至信至誠，德吒證鑒。
**越南语译：**Chí tín chí thành, đức cha chứng giám.
**汉语意译：**至信至诚，德父[10]证鉴。

**喃字原文：**叩頭𢬣執𥚄跪，
**越南语译：**Khấu đầu tay chấp lạy quì,
**汉语意译：**叩头执手躬跪拜，

**喃字原文：**拜朝媄寶阿彌證𢚸。
**越南语译：**Bái chầu mẹ báu a di chứng lòng.
**汉语意译：**阿弥宝母[11]作证鉴。

**喃字原文：**𡥵𠉞迷昧愚癉，
**越南语译：**Con nay mê muội ngu đần,
**汉语意译：**孩儿迷昧又愚拙，

**喃字原文：**賒鐄罪磊隋鐄艱迍。
**越南语译：**Xa vòng tội lỗi, đọa vòng gian truân.
**汉语意译：**陷入罪愆堕艰迍。

**喃字原文：**隊恩德媄慈仁，
**越南语译：**Đội ân đức mẹ từ nhân,
**汉语意译：**蒙恩德母施慈仁，

**喃字原文：**𠚢𢬣撼几沉淪落類，
**越南语译：**Ra tay vớt kẻ trầm luân lạc loài,
**汉语意译：**伸手挽救沉沦人，

**喃字原文：**傷𡥵㴴淚溎淶，
**越南语译：**Thương con giọt lệ tuôn rơi,
**汉语意译：**可怜孩儿泪淋淋，

**喃字原文：**悶朱泣歇埃埃到坡。
**越南语译：**Muốn cho khắp hết ai ai đến bờ.
**汉语意译：**护佑世人达心愿。

**喃字原文：**朱铖𡥵𥗐咗誓，
**越南语译：**Cho nên con nặng lời thề,
**汉语意译：**从此孩儿发誓言，

**喃字原文：**衆生𡥵悶生術廊些。
**越南语译：**Chung sinh con muốn sinh về làng ta.
**汉语意译：**欲与家乡同众生。

**喃字原文：**进句念佛彌陀，
**越南语译：**Mười câu niện phật di đà,
**汉语意译：**弥陀佛前重言誓，

**喃字原文：**人生些愿脱賒幅憤。
**越南语译：**Nhân sinh ta nguyền thoát xa bực hèn.
**汉语意译：**生平为人弃懦弱。

**喃字原文：**艾咗媄㐌發願，
**越南语译：**Một lời mẹ đã phát nguyền,
**汉语意译：**德母闻清应发愿，

**喃字原文：**困鐄鐲玉如印燎烌。
**越南语译：**Khuôn vàng đúc ngọc như in rõ ràng.
**汉语意译：**金模铸玉已分明。

**喃字原文：**𡥵𠉞艾𢚸吞鐄，
**越南语译：**Con nay một tấm lòng vàng,
**汉语意译：**孩儿抱着仁善心，

**喃字原文：**拵掩核德拺𢬣𡋂慈。
**越南语译：**Vun giống cây đức sửa sang nền từ.
**汉语意译：**慈为根基德为人。

**喃字原文：**吒唸𡥵聴：
**越南语译：**Cha niệm con nghe:
**汉语意译：**父念儿听：

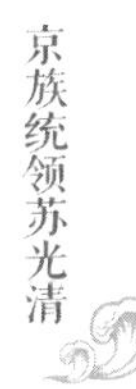

喃字原文："𥚄德彌陀𡐙乐邦，
越南语译："Lạy đức di đà cõi lạc bang,
汉语意译："拜德弥陀境乐邦，

喃字原文：悴傷几世恪之𡥵。
越南语译：Xót thương kẻ thế khác chi con.
汉语意译：怜悯世家之子孙。

喃字原文：堆行淚玉窮㵢滝，
越南语译：Đôi hàng lệ ngọc cũng tuôn nhủ,
汉语意译：双眼泪珠如泉涌，

喃字原文：艾𦲿肝鐄吏烤焐。
越南语译：Một lá gan vàng lại héo hon.
汉语意译：一片金肝忧萎缩。

喃字原文：功德雫仝𠁀宇宙，
越南语译：Công đức che trùm trong vũ trụ,
汉语意译：西佛功德遍宇宙，

喃字原文：慈悲救度泣乾坤。
越南语译：Từ bi cứu độ khắp càn khôn.
汉语意译：慈悲救渡全乾坤。

喃字原文：闷類闷𥠯同稱念，
越南语译：Muôn loài muôn giống đồng xưng niệm,
汉语意译：万种人类同称念，

喃字原文：佛祖彌陀媄寶尊。"
越南语译：Phật tổ di đà mẹ báu tôn."
汉语意译：佛祖弥陀宝母⑫尊。"

喃字原文：光清求衝衛𡎝，
越南语译：Quang-Thanh cầu xong về ngồi,
汉语意译：诵念完成房中思，

**喃字原文：**决心𢆥尼𠇍𠊛朱當。
**越南语译：**Quyết tâm sau này làm người cho đương.
**汉语意译：**来日做人要有志。

**喃字原文：**𠊛如固號引塘，
**越南语译：**Người như có hiệu dẫn đường,
**汉语意译：**警钟需鸣令号指，

**喃字原文：**炪𥪝燥𤎜創銅𤎜𩈘。
**越南语译：**Đèn trong tỏ rạng sáng gương soi mặt.
**汉语意译：**灯光要耀明镜照。

**喃字原文：**𢚸翁仇恨𩁱賊，
**越南语译：**Lòng ông thù hận bọn giặc,
**汉语意译：**他对强盗满腔恨，

**喃字原文：**篤志打𧼋賊西害𠊛。
**越南语译：**Dốc chí đánh đuổi giặc tây hại người.
**汉语意译：**一心驱逐西洋军[13]。

**喃字原文：**翁共𡥵老𠯹𠅜，
**越南语译：**Ông cùng cụ lão nhủ lời,
**汉语意译：**同村老大共商量，

**喃字原文：**尋格𡨹𥙩𥠭㛪民些。
**越南语译：**Tìm cách giữ lấy giống nòi dân ta.
**汉语意译：**想法保护吾族民。

**喃字原文：**動員廊渃𥙩耂，
**越南语译：**Động viên làng nước trẻ già,
**汉语意译：**奔走动员众村人，

**喃字原文：**立𢧚𨷶閧𠀧斜𦊚方。
**越南语译：**Lập nên cửa cổng ba tà bốn phương.
**汉语意译：**在村三向建闸门。

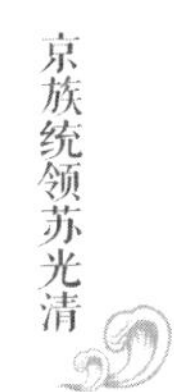

**喃字原文：** 謨氽銃炮回鄉，
**越南语译：** Mua mấy súng pháo hồi hương,
**汉语意译：** 购置火炮两门回，

**喃字原文：** 撻𨕭𨷯阌林山炮臺。
**越南语译：** Đặt trên cửa cổng lâm sơn pháo đài.
**汉语意译：** 山林炮台[14]置闸上。

**喃字原文：** 艚西渚𧆄洝外，
**越南语译：** Tàu tây chở thuốc biển ngoài,
**汉语意译：** 洋船运烟海湾巡，

**喃字原文：** 想𠫾坦連奔賣鸦片。
**越南语译：** Tưởng vào đất liền buôn mại a phiến.
**汉语意译：** 欲上陆地贩鸦片。

**喃字原文：** 翁黜組織民𨖲，
**越南语译：** Ông ra tổ chức dân lên,
**汉语意译：** 光清组织男壮年，

**喃字原文：** 連拌氽發艚船駭台。
**越南语译：** Liền bắn mấy phát tàu thuyền hãi thay.
**汉语意译：** 连击数炮敌惊魂。

**喃字原文：** 艚西吪𨕭坦尼，
**越南语译：** Tàu tây ngờ trên đất này,
**汉语意译：** 西洋船人疑此地，

**喃字原文：** 羅𠁀軍揀㤕𠩛𨇜趍。
**越南语译：** Là nơi quân đóng sợ rày trốn đi.
**汉语意译：** 是处驻军惊逃离。

**喃字原文：** 民廊㦖㑓没欺，
**越南语译：** Dân làng mừng rỡ một khi,
**汉语意译：** 民众欢天又喜地，

**喃字原文：** 官府别特封位職忠。
**越南语译：** Quan phủ biết được phong vị chức trung.
**汉语意译：** 府官知讯封勇士。

**喃字原文：** 翁趨賊西固功，
**越南语译：** Ông đuổi giặc tây có công,
**汉语意译：** 驱逐洋船立大功，

**喃字原文：** 封朱官職副総寧海。
**越南语译：** Phong cho quan chức phó tổng Ninh Hải.
**汉语意译：** 宁海副总[15]乃官封。

**喃字原文：** 責任裏役官該，
**越南语译：** Trách nhiệm lý dịch quan cai,
**汉语意译：** 责任分工管里役，

**喃字原文：** 自帝廊固將才官高。
**越南语译：** Từ đấy làng có tướng tài quan cao.
**汉语意译：** 从此村中出县官。

**喃字原文：** 𥘀固賊客邪道，
**越南语译：** Xưa có giặc khách, tà đạo,
**汉语意译：** 从前常有邪道贼[16]，

**喃字原文：** 𡗉吝㑲想打𠓺廊些。
**越南语译：** Nhiều lần nó tưởng đánh vào làng ta.
**汉语意译：** 多次进村抢掠夺。

**喃字原文：** 黼𥘀棱島黮纙，
**越南语译：** Trước kia rừng đảo rậm lòa,
**汉语意译：** 亏得岛林甚茂密，

**喃字原文：** 𠊛𠓺時𧁷獸𬧚沛𨀎。
**越南语译：** Người vào thì khó thú ra phải bò.
**汉语意译：** 兽要爬行人难入。

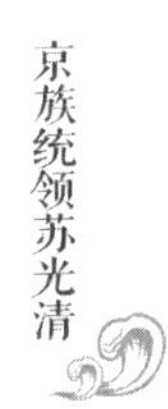

**喃字原文：**棱黰核𣘈核蘇，
**越南语译：**Rừng rậm cây nhỏ cây to,
**汉语意译：**大树小树浓又密，

**喃字原文：**核椵核𦀊怒𨀒育昂。
**越南语译：**Cây gai cây rợ nó bò dọc ngang.
**汉语意译：**藤类荆棘与树缠。

**喃字原文：**𠊛民𡓃𣹙𠓨廊，
**越南语译：**Người dân ra bãi vào làng,
**汉语意译：**村民出海或回村，

**喃字原文：**𧼋兜拱戈閧廊貝𡓃。
**越南语译：**Đi đâu cũng qua cổng làng với ra.
**汉语意译：**闸门[17]乃是必经地。

**喃字原文：**廊固𨷶閧𠀧斜，
**越南语译：**Làng có cửa cổng ba tà,
**汉语意译：**村闸设置三方向，

**喃字原文：**閧東、閧北吏羅閧南。
**越南语译：**Cổng Đông cổng Bắc lại là cổng Nam.
**汉语意译：**东闸、北闸和南闸。

**喃字原文：**於外頭橋閧南，
**越南语译：**Ở ngoài đầu cầu cổng Nam,
**汉语意译：**南闸设在水桥南，

**喃字原文：**𡑝𨕭閧北“高山”閧東。
**越南语译：**Xóm Trên cổng Bắc “Cao Sơn” cổng Đông.
**汉语意译：**高山[18]庙东上村北。

**喃字原文：**邊外閧，固坪𥿁，
**越南语译：**Bên ngoài cổng, có hố chông,
**汉语意译：**闸外满布竹椿坑，

**喃字原文：**𠄩行頭楾吏掩聰仙。
**越南语译：**Hai hàng đầu dứa lại giống tai tiên.
**汉语意译：**勒芥两行仙人掌。

**喃字原文：**𨷯閧核楾揀杆，
**越南语译：**Cửa cổng cây dứa đóng then,
**汉语意译：**勒古木[19]门轴横栓，

**喃字原文：**楾蘇掩𨑜行軒𫜵樔。
**越南语译：**Dứa to giống xuống hàng hiên làm rào.
**汉语意译：**种勒古木作篱轩。

**喃字原文：**𦣰閧掏固通壕，
**越南语译：**Trong cổng đào có thông hào,
**汉语意译：**闸内挖有交通壕，

**喃字原文：**民些𧼍吏黜𠓨自然。
**越南语译：**Dân ta đi lại ra vào tự nhiên.
**汉语意译：**乡民值战走自然。

**喃字原文：**炮蘇時撻核𨕭，
**越南语译：**Pháo to thì đặt cây trên,
**汉语意译：**火炮安置高树上，

**喃字原文：**𫜵茬雯炮擱連𥊛賒。
**越南语译：**Làm chòi che pháo gác liền trông xa.
**汉语意译：**茅栅遮炮作岗楼。

**喃字原文：**塘𡮈𨷯閧𠓨黜，
**越南语译：**Đường nhỏ cửa cổng vào ra,
**汉语意译：**闸门小路民出入，

**喃字原文：**賊𠓨時誧民黜易揶。
**越南语译：**Giặc vào thì khó dân ra dễ dàng.
**汉语意译：**进出方便贼入难。

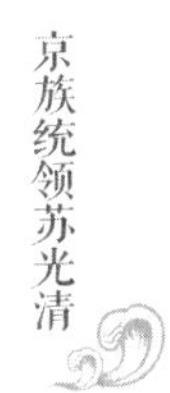

**喃字原文：**固吝賊想𢲣廊，
**越南语译：**Có lần giặc tưởng cướp làng,
**汉语意译：**有次强盗来劫村，

**喃字原文：**船俀細淩𨷯南閉除。
**越南语译：**Thuyền nó tới biển cửa nam bấy giờ.
**汉语意译：**船从海湾南面入。

**喃字原文：**総清叫民𠺶徐，
**越南语译：**Tổng Thanh kêu dân ra chờ,
**汉语意译：**光清集结众村民，

**喃字原文：**賊㐌撟嬈𨖲坡𡗊台。
**越南语译：**Giặc đã kéo nhau lên bờ nhiều thay.
**汉语意译：**强盗离船向岸冲。

**喃字原文：**柴奇求廟婆𤇮，
**越南语译：**Thầy cả cầu miếu bà rày,
**汉语意译：**村里大师求婆庙，

**喃字原文：**靈𧯄變顯魔𠉞現形。
**越南语译：**Linh thiêng biến hiển ma nay hiện hình.
**汉语意译：**英灵即显鬼现形。

**喃字原文：**民些正面待令，
**越南语译：**Dân ta chính diện đợi lệnh,
**汉语意译：**乡民正面蓄势发，

**喃字原文：**鬼神變𠺶方形包圍。
**越南语译：**Quỷ thần biến ra phương hình bao vây.
**汉语意译：**鬼神显出围方形。

**喃字原文：**炮蘇連弩𠺶𣦍，
**越南语译：**Pháo to liền nổ ra ngay,
**汉语意译：**火炮发起总攻势，

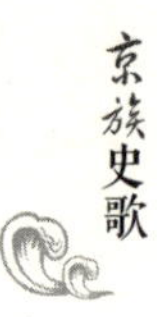

**喃字原文：** 𬈋民𦖑號衝𣦍打𠓨。
**越南语译：** Người dân nghe hiệu xung ngay đánh vào.
**汉语意译：** 光清发令民冲杀。

**喃字原文：** 火炮吏拌沈艚，
**越南语译：** Hỏa pháo lại bắn đắm tàu,
**汉语意译：** 火炮击出贼船沉，

**喃字原文：** 船沈賊𣩂别包羅𬈋。
**越南语译：** Thuyền đắm giặc chết biết bao là người.
**汉语意译：** 船沉贼死尸无数。

**喃字原文：** 賊被打𣩂𣘃𣗓，
**越南语译：** Giặc bị đánh chết hết rồi,
**汉语意译：** 登岸强盗全覆没，

**喃字原文：** 𧖱屍如𦽰𡓁𤀕𣼽溇，
**越南语译：** Máu thây như rác nơi bãi lỗ sâu,
**汉语意译：** 尸横血染深沟[20]滩，

**喃字原文：** 屍殼𡎝東𨷯溇，
**越南语译：** Thây xác chôn Đông Cửa Sâu,
**汉语意译：** 贼尸埋在东深沟，

**喃字原文：** 亭𡊰迎神𨤔𥹰𡊲尼。
**越南语译：** Đình đám nghênh thần tránh lâu chỗ này.
**汉语意译：** 哈亭迎神避此地。

**喃字原文：** 民特勝利𢜠台，
**越南语译：** Dân được thắng lợi mừng thay,
**汉语意译：** 歼贼胜利民欢喜，

**喃字原文：** 啨翁総清喝𣦍排浪：
**越南语译：** Khen ông Tổng Thanh hát ngay bài rằng:
**汉语意译：** 称赞清总民高歌：

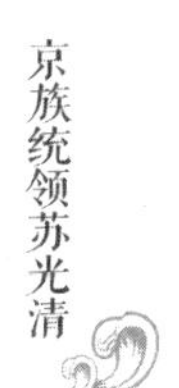

**喃字原文：**“賊伮想撟𠓨廊，
**越南语译：**“Giặc nó tưởng kéo vào làng,
**汉语意译：**“强盗欲劫我村庄，

**喃字原文：**総清發銃賊𠱋拱散。
**越南语译：**Tổng Thanh phát súng giặc nào cũng tan.
**汉语意译：**清总炮响贼死光。

**喃字原文：**貝賊試飭試肝，
**越南语译：**Với giặc thi sức thi gan,
**汉语意译：**同贼斗勇又比略，

**喃字原文：**祝㥉統領𫜵官自𣋚。”
**越南语译：**Chúc mừng Thống Lĩnh làm quan từ rày.”
**汉语意译：**祝贺统领世当官。”

**喃字原文：**蒔間㐌戈余𣈜，
**越南语译：**Thời gian đã qua mấy ngày,
**汉语意译：**歼贼时间已数天，

**喃字原文：**邪道拯𧡊迹屍船衛。
**越南语译：**Tà đạo chẳng thấy tích thây thuyền về.
**汉语意译：**邪道不见船迹还。

**喃字原文：**將賊魂秩頭痹，
**越南语译：**Tướng giặc hồn mất đầu tê,
**汉语意译：**贼首失措头发晕，

**喃字原文：**連迻𠔭船賊衛頭東。
**越南语译：**Liền đưa tám thuyền giặc về Đầu Đông.
**汉语意译：**增船八艘袭东面。

**喃字原文：**𩈘南庄敢突衝，
**越南语译：**Mặt Nam chẳng dám đột xung,
**汉语意译：**不敢南面再冲突，

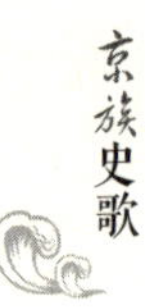

**喃字原文：** 算破塘棱邊東打䀡。
**越南语译：** Toan phá đường rừng Bên Đông đánh vào.
**汉语意译：** 妙算伐林东边入。

**喃字原文：** 東𨱽棱𪓇核高，
**越南语译：** Đông dài rừng rậm cây cao,
**汉语意译：** 东面树高林浓密，

**喃字原文：** 賊𠛣𦉱𣈜渚䀡𡊲廊。
**越南语译：** Giặc chém bảy ngày chưa vào chỗ làng.
**汉语意译：** 伐树七天村未达。

**喃字原文：** 総清謀智添强，
**越南语译：** Tổng Thanh mưu trí thêm càng,
**汉语意译：** 清总智谋有新添，

**喃字原文：** 請神求廟城皇顯𫩝。
**越南语译：** Thỉnh thần cầu miếu thành hoàng hiển ngay.
**汉语意译：** 请神求庙城隍显。

**喃字原文：** 狂空叫鴉空𠿿，
**越南语译：** Chó không kêu gà không gáy,
**汉语意译：** 令狗不叫鸡无声，

**喃字原文：** 鬼神變現形齊撟𠚢。
**越南语译：** Quỷ thần biến hiện hình tày kéo ra.
**汉语意译：** 鬼神现形齐出征。

**喃字原文：** 賊𧡊驚駭形魔，
**越南语译：** Giặc thấy kinh hải hình ma,
**汉语意译：** 贼受鬼扰惊失魂，

**喃字原文：** 𨖲𨖲補趾㨂𠚢潔𡑝。
**越南语译：** Chóng chóng bỏ chạy rút ra bãi sân.
**汉语意译：** 丢盔弃甲出海滩。

**喃字原文：** 浪："𢜝𢜝安南人，
**越南语译：** Rằng:"vừa sợ An Nam Nhân,
**汉语意译：** 贼道："可怕安南人[21]，

**喃字原文：** 吏𢜝𢜝安南神𧡊台。"
**越南语译：** Lại vừa sợ An Nam Thần ghê thay."
**汉语意译：** 更怕却是安南神。"

**喃字原文：** 賊尼𠍦捽衛𣦍，
**越南语译：** Giặc này nó rút về ngay,
**汉语意译：** 邪道贼令即撤回，

**喃字原文：** 自𠫾拯敢揀低𡛔𠅜。
**越南语译：** Từ đấy chẳng dám quay đây nữa rồi.
**汉语意译：** 自此不敢转头来。

**喃字原文：** 民𢜏神𩆍高𡾵，
**越南语译：** Dân mừng thần linh cao ngôi,
**汉语意译：** 民庆保佑得灵神，

**喃字原文：** 吏㖫總清謀𠊛才台。
**越南语译：** Lại khen Tổng Thanh mưu người tài thay.
**汉语意译：** 清总智谋贼更愁。

**喃字原文：** 欺𠸗賊者浽𣹓，
**越南语译：** Khi xưa giặc giả nổi đầy,
**汉语意译：** 那时盗贼四处起，

**喃字原文：** 𣼸𨎠渃落坦連𠫾戈。
**越南语译：** Bãi trong nước rạc đất liền đi qua.
**汉语意译：** 村北潮退陆路连。

**喃字原文：** 𩙍賊常川撟𠚢，
**越南语译：** Bọn giặc thường xuyên kéo ra,
**汉语意译：** 贼帮涉海北路来，

**喃字原文：** 算戈阋北𠓨𦋦[illegible]廊。
**越南语译：** Toan qua Cổng Bắc vào ra cướp làng.
**汉语意译：** 欲从北闸打劫村。

**喃字原文：** 鎮守阋北永鐄，
**越南语译：** Trấn thủ Cổng Bắc vững vàng,
**汉语意译：** 守稳北闸事艰辛，

**喃字原文：** 低羅事役貼廊𥗾台。
**越南语译：** Đây là sự viêc của làng nặng thay.
**汉语意译：** 光清派人行重任。

**喃字原文：** 賊㑲輪辣𦋦低，
**越南语译：** Giặc nó lần lượt ra đây,
**汉语意译：** 强盗轮番北门上，

**喃字原文：** 將旗引頭隊齊武裝。
**越南语译：** Tướng cờ dẫn đầu đội tày vũ trang.
**汉语意译：** 全副武装旗领队。

**喃字原文：** 総清組織民廊，
**越南语译：** Tổng Thanh tổ chức dân làng,
**汉语意译：** 清总组织全村民，

**喃字原文：** 朱𠊚觀察𨕭杣核高。
**越南语译：** Cho người quan sát trên sàn cây cao.
**汉语意译：** 岗楼高树观察忙。

**喃字原文：** 民廊固鎌固釰，
**越南语译：** Dân Làng có gươm có dao,
**汉语意译：** 村民手持槊刀剑，

**喃字原文：** 固銃弓箭蔭高産床。
**越南语译：** Có súng cung tên ẩn cao sẵn sàng.
**汉语意译：** 炮手弓箭隐树上。

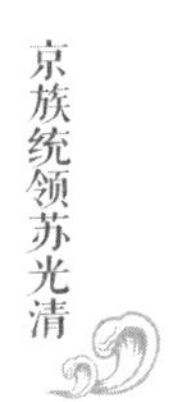

**喃字原文：**固吝賊悶㐌廊，
**越南语译：**Có lần giặc muốn vào làng,
**汉语意译：**有次强盗欲攻村，

**喃字原文：**弓箭弹𨑜中昂身賊，
**越南语译：**Cung tên bắn xuống trúng ngang thân giặc,
**汉语意译：**箭弓齐发贼受伤，

**喃字原文：**賊伮補趾戈溗，
**越南语译：**Giặc nó bỏ chạy qua lạch,
**汉语意译：**害怕潮涨误医治，

**喃字原文：**㩡燒衛遂底扣欜湯。
**越南语译：**Khiêng nhau về chóng để nhặt thuốc thang.
**汉语意译：**急急撤走找药医。

**喃字原文：**吝姅賊伮吏迦，
**越南语译：**Lần nữa giặc nó lại sang,
**汉语意译：**未久盗贼重卷来，

**喃字原文：**銃炮弩𨑜𢬣旗被傷。
**越南语译：**Súng pháo nổ xuống tay cờ bị thương.
**汉语意译：**火炮发射旗手伤。

**喃字原文：**賊群衝破闁塘，
**越南语译：**Giặc còn xung phá cổng đường,
**汉语意译：**他们硬攻打门闸，

**喃字原文：**銃弓拌𨑜賊量吏散。
**越南语译：**Súng cung bắn xuống giặc lường lại tan.
**汉语意译：**阵前炮箭迫其退。

**喃字原文：**賊衆𡗉吝空甘，
**越南语译：**Giặc chúng nhiều lần không cam,
**汉语意译：**强盗失败不甘心，

**喃字原文：** 没吝固偻賊彈撟黜。
**越南语译：** Một lần có lũ giặc đàn kéo ra.
**汉语意译：** 再次增援大群人。

**喃字原文：** 决算打𠫾廊些，
**越南语译：** Quyết toan đánh vào làng ta,
**汉语意译：** 下定决心洗劫村，

**喃字原文：** 総清謀智盤黜戰術。
**越南语译：** Tổng Thanh mưu trí bàn ra chiến thuật.
**汉语意译：** 清总谋略新战术[22]。

**喃字原文：** 䣾時𥙩糯焒粓，
**越南语译：** Người thì lấy nếp thổi cơm,
**汉语意译：** 派人回家煮糯饭，

**喃字原文：** 䣾趍收𪔠各𠶢抌𠫾。
**越南语译：** Người đi thu trống các nơi đem vào.
**汉语意译：** 指点差人收鼓还。

**喃字原文：** 𮠠𪔠粓糯粘𠫾，
**越南语译：** Mặt trống cơm nếp dán vào,
**汉语意译：** 鼓面粘上糯米饭，

**喃字原文：** 掃蓮梗㮧核高行䟻。
**越南语译：** Treo lên cành ngạc cây cao hàng dài.
**汉语意译：** 高挂树上排长行。

**喃字原文：** 䲥䳽曾彈𨖲來，
**越南语译：** Chim cò từng đàn bay lai,
**汉语意译：** 鸟类成群集飞来，

**喃字原文：** 争𤇮𠵩咹𪔠叫咚咚。
**越南语译：** Tranh nhau mổ ăn trống kêu tùng tùng.
**汉语意译：** 啄鼓争食如人擂。

**喃字原文：**民廊𨷯闶集中，
**越南语译：**Dân làng cửa cổng tập trung,
**汉语意译：**村民应战全集中，

**喃字原文：**隊形槊鎌釖弓行連。
**越南语译：**Đội hình giáo gươm dao cung hàng liền.
**汉语意译：**长队槊剑和箭弓。

**喃字原文：**炮臺銃蘇弩𧍰，
**越南语译：**Pháo đài súng to nổ lên,
**汉语意译：**火炮击发相接连，

**喃字原文：**𪔠令𪔠鴆喋𨖅陣前。
**越南语译：**Trống lệnh trống chim vang tiên trận tiền.
**汉语意译：**鸟鼓暴响震阵前。

**喃字原文：**賊㥦伮摔趾連，
**越南语译：**Giặc sợ nó rút chạy liền,
**汉语意译：**强盗惊慌连撤退，

**喃字原文：**帝羅𪔠战绩传総清。
**越南语译：**Đấy là trống chiến tích truyền Tổng Thanh.
**汉语意译：**清总鸟鼓战绩传。

**喃字原文：**課平生翁光清，
**越南语译：**Thủơ bình sinh ông Quang-Thanh,
**汉语意译：**光清生平为民忧，

**喃字原文：**斗智斗勇竚廊料𢚸。
**越南语译：**Đấu trí đấu dũng giữ làng liệu lo.
**汉语意译：**斗智斗勇解民愁。

**喃字原文：**闭賒雖𫜵官蘇，
**越南语译：**Bấy giờ tuy làm quan to,
**汉语意译：**当时虽然任大官，

**喃字原文：**翁歇没悉役朱民廊。
**越南语译：**Ông hết một lòng việc cho dân làng.
**汉语意译：**倾心为民显英豪。

**喃字原文：**𡖡高催官衛廊，
**越南语译：**Tuổi cao thôi quan về làng,
**汉语意译：**高龄退休回村子，

**喃字原文：**接續𡨹役敕頒𠫾柴。
**越南语译：**Tiếp tục giữ việc sắc ban làm thầy.
**汉语意译：**续行敕赐做大师。

**喃字原文：**廊𠫾亭買衛低，
**越南语译：**Làng làm đình mới về đây,
**汉语意译：**哈亭重建移今地，

**喃字原文：**翁黜𢖖料役外役𥪝。
**越南语译：**Ông ra lo liệu việc ngoài việc trong.
**汉语意译：**出谋献策奔外里。

**喃字原文：**𠫾亭空錢安龍，
**越南语译：**Làm đình không tiền an long,
**汉语意译：**建亭无钱安龙事，

**喃字原文：**商量半坦“坡塘”頭西。
**越南语译：**Thương lượng bán đất “Phố Thoàng” đầu tây.
**汉语意译：**议卖西头坡塘地[23]。

**喃字原文：**欺特安龍亭𣋚，
**越南语译：**Khi được an long đình rày,
**汉语意译：**哈亭完成安龙事，

**喃字原文：**翁扣句對現𣦍龍庭。
**越南语译：**Ông viết câu đối hiện ngay long đình.
**汉语意译：**挥笔赋联龙殿里。

**喃字原文：**“聖躬萬歲”容盈，
**越南语译：**“Thánh Cung Vạn Tuế” rung rinh,
**汉语意译：**“圣躬万岁”闪金辉，

**喃字原文：**辞句對尼留傳𦤾尼。
**越南语译：**Từ câu đối này lưu truyền đến nay.
**汉语意译：**绝妙联辞㉔今留传。

**喃字原文：**民些数𢆥於低，
**越南语译：**Dân ta lâu đời ở đây,
**汉语意译：**社民居此时悠久，

**喃字原文：**㐌罘𢆫𢆥𨅸磋坦尼。
**越南语译：**Đã bốn năm đời dựng xây đất này.
**汉语意译：**四五代人建家园。

**喃字原文：**𠇍淩吏固𦓿𦔳，
**越南语译：**Làm biển lại có ruộng cày,
**汉语意译：**主业捕海又耕田，

**喃字原文：**𠀧廊盛旺𠊛齊生𠚢。
**越南语译：**Ba làng thịnh vượng người tày sinh ra.
**汉语意译：**三岛人盛乐团圆。

**喃字原文：**仍𠊛𧊉擺輕些，
**越南语译：**Những người bừa bãi khinh ta,
**汉语意译：**有人妒忌胡言语，

**喃字原文：**呐擉沛𧼋“些羅安南”。
**越南语译：**Nói chọc phải đuổi “ta là An Nam”.
**汉语意译：**扬言赶走“安南氏”。

**喃字原文：**翁総爲民𢠩𢥈，
**越南语译：**Ông Tổng vì dân băn khoăn,
**汉语意译：**清总为民心焦虑，

**喃字原文：**躬望威信任官䟻䟻。
**越南语译：**Dựa vọng uy tín nhiệm quan trước ngày.
**汉语意译：**仗官威望前任期。

**喃字原文：**别蘇光保数尼，
**越南语译：**Biết Tô Quang-Bảo lâu nay,
**汉语意译：**久仰同族苏光保，

**喃字原文：**羅𠊛企沙當官防城。
**越南语译：**Là người Xí-Sa đương quan Phòng-Thành.
**汉语意译：**企沙人氏防城官。

**喃字原文：**光保答應光清，
**越南语译：**Quang-Bảo đáp ứng Quang-Thanh,
**汉语意译：**光清来访光保应，

**喃字原文：**令官决定防城頒黜。
**越南语译：**Lệnh quan quyết định Phòng-Thành ban ra.
**汉语意译：**防城官令颁决定[25]。

**喃字原文：**定𡊲準𣷭朱些：
**越南语译：**Định nơi chốn biển cho ta:
**汉语意译：**为乡划定居海域：

**喃字原文：**“北自𥾽𣳔潭吉頭龍，
**越南语译：**“Bắc từ giữa lạch Đầm-Cát Đầu Rồng,
**汉语意译：**“北自江龙潭吉沟[26]，

**喃字原文：**東時𥾽𣳔白龍，
**越南语译：**Đông thì giữa lạch Bạch-Long,
**汉语意译：**东至白龙海深处，

**喃字原文：**南𦤾渆架西洞竹山。”
**越南语译：**Nam đến Côn-Giá tây dòng Trúc-Sơn.”
**汉语意译：**南白苏[27]西竹山流。”

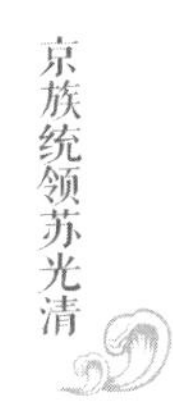

喃字原文：民固拄定𠁑咹，
越南语译：Dân có chỗ định làm ăn,
汉语意译：乡民生活居安稳，

喃字原文：翁特惾忢馭民慍㥯。
越南语译：Ông được thỏa lòng người dân vui mừng.
汉语意译：光清满意民心愿。

喃字原文：忢翁如𣷭㵢澄，
越南语译：Lòng ông như bể khơi chừng,
汉语意译：胸襟怀民阔如海，

喃字原文：功名“統領”民稱親密。
越南语译：Công danh “Thống Lĩnh” dân xưng thân mật.
汉语意译：“统领”功名烙民心。

喃字原文：功高義𥒥𠼺𩈘，
越南语译：Công cao nghĩa nặng nhiều mặt,
汉语意译：功成名就苏光清，

喃字原文：𡥵𡥙衹别執𢭸初戈。
越南语译：Con cháu chỉ biết chắp nhặt sơ qua.
汉语意译：子孙掇拾写不全。

喃字原文：平生飭𤯩空𦓅，
越南语译：Bình sinh sức sống không già,
汉语意译：生平活力永长存，

喃字原文：忢翁要渃要茹要民。
越南语译：Lòng ông yêu nước yêu nhà yêu dân.
汉语意译：爱国爱民精神扬。

喃字原文：翁𤯩鏡創朱民，
越南语译：Ông sống gương sáng cho dân,
汉语意译：生前榜样放光芒，

**喃字原文：**欺托傳後蒼名底𡎝。
**越南语译：**Khi thác truyền hậu thơm danh để đời.
**汉语意译：**死后英灵世流芳。

**喃字原文：**𥪝亭固靈奉蜍，
**越南语译：**Trong đình có linh phụng thờ,
**汉语意译：**哈亭名灵奉祭祀，

**喃字原文：**廊渃𡥵招𡎝𡎝忟恩。
**越南语译：**Làng nước con cháu đời đời nhớ ơn.
**汉语意译：**乡民世代永不忘。

**喃字原文：**丕固詩浪：
**越南语译：**Vậy có thơ rằng:
**汉语意译：**后有诗云：

**喃字原文：**天堂地獄在心些，
**越南语译：**Thiên đường địa ngục tại tâm ta,
**汉语意译：**天堂地狱在人心，

**喃字原文：**修省心身渚沈沙。
**越南语译：**Tu tỉnh tâm thân chớ đắm sa.
**汉语意译：**修炼心性莫沉湎。

**喃字原文：**心創瀝𥪝心固煉，
**越南语译：**Tâm sáng sạch trong tâm cố luyện,
**汉语意译：**欲心洁净必炼心，

**喃字原文：**德𢌌包全泣阻霋。
**越南语译：**Đức rộng bao trùm khắp trở che.
**汉语意译：**德行天下无阻挡。

**喃字原文：**𫜵𫘑瞭遠志高，
**越南语译：**Làm giai xét viễn chí cao,
**汉语意译：**高瞻远瞩男儿真，

**喃字原文：**風韵返會英豪𪿍𢭲。
**越南语译：**Phong vận gặp hội anh hào ra tay.
**汉语意译：**英豪欲达待逢运。

**喃字原文：**志坤攝底䐗尼，
**越南语译：**Chí khôn sắp để dạ này,
**汉语意译：**有志之人应深记，

**喃字原文：**固功𢯏鐵固𣈜𢧚針。
**越南语译：**Cố công mài sắt có ngày nên kim.
**汉语意译：**功成铁棒磨成针。

**喃字原文：**罛民貴化有情，
**越南语译：**Vốn dân quý hóa hữu tình,
**汉语意译：**民本珍贵有情义，

**喃字原文：**飭民無量德賢𦁺蘇。
**越南语译：**Sức dân vô lượng đức hiền rộng to.
**汉语意译：**不可征服的力量。

**喃字原文：**塘𣉹測阻𦨻𣦰，
**越南语译：**Đường đời trắc trở quanh co,
**汉语意译：**人生道路甚曲折，

**喃字原文：**團結没茹拯𢜠賊形。
**越南语译：**Đoàn kết một nhà chẳng lo giặc hình.
**汉语意译：**团结一家不畏敌。

**喃字原文：**篤艾𢚸𨷑塘往生，
**越南语译：**Dốc một lòng mở đường vãng sinh,
**汉语意译：**人生为民献忠心，

**喃字原文：**摳𧼋賊者福果圓。
**越南语译：**Xua đuổi giặc giả phúc quả viên.
**汉语意译：**驱逐强盗福果圆。

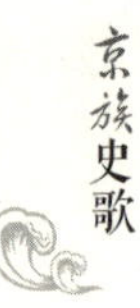

喃字原文：霿散坦燺映光明，
越南语译：Mây tan đất tỏ ánh quang minh,
汉语意译：云雾清散映光明，

喃字原文：歇𩙍𩘪淩停浰安。
越南语译：Hết cơn giông biển đình sóng yên.
汉语意译：风暴尽停海浪静。

喃字原文：咹菓忟𠊛揰核，
越南语译：ăn quả nhớ người trồng cây,
汉语意译：吃果不忘栽树人，

喃字原文：𡎥𢠩𣈖沬忟核𩃳仝。
越南语译：Ngồi ngơi bóng mát nhớ cây che trùm.
汉语意译：乘凉应记树遮荫。

喃字原文：民廊如核𣘊森，
越南语译：Dân làng như cây mọc sum,
汉语意译：森林万树如聚民，

喃字原文：廊固統領如滝固源。
越南语译：Làng có thống lĩnh như sông có nguồn.
汉语意译：乡有统领河有源。

喃字原文：功恩𡗶𣷷𡶀嫩，
越南语译：Công ơn trời bể núi non,
汉语意译：光清功恩如山海，

喃字原文：如渃𤄯源涞湖𣴓𠚢。
越南语译：Như nước trong nguồn lai láng chảy ra.
汉语意译：德如涌泉流长河。

喃字原文：執𢬣𥚄翁𨑗座，
越南语译：Chắp tay lạy ông trên toà,
汉语意译：执手敬拜神位上，

**喃字原文：**德大創𤎜𠦳𢆥流傳。

**越南语译：**Đức đại sáng tỏ nghìn năm lưu truyền.

**汉语意译：**光辉大德千古传。

注释：

①苏光清：沥尾村人，生于清代（约1819年），于1905年逝世，终年86岁。年轻时在海宁府任干事，后任宁海总里役副总。

②祖上承师：苏光清之祖苏贵公，生前为大师公。当师傅者，分为三等级，一级师为小承师，二级师为中承师，三级师为大承师。已称为三级师者死后能封为最高级上承师。

③苏庭贵，为三级大师，死后同样为上承师，生五子，分别是：苏光祥（师公）、苏光达、苏光清（师公）、苏光玉、苏光显。

④学府：当时的海宁学府，位于今越南下龙市。

⑤清总：苏光清时任宁海总里役副总，村人按习惯称其为清总。"总"是旧行政区域名，属县，下辖数乡。

⑥统领：古官名。苏光清率民抗贼，乡亲们亲切地称其为统领。

⑦苏光清读书时成绩优异，被选留任海宁府干事。

⑧据京族老人黄德坤录音，苏光清在林则徐南下广州禁烟时染上毒瘾，当时他21岁，由此可推算苏光清出生时间为1819年。

⑨渡船：当时进行毒品交易的场所。

⑩德父，又称贤父，是指天上帝。

⑪宝母：又称德母，指的是德佛、祖佛。阿弥宝母是东方佛。

⑫弥陀宝母：西方佛。

⑬西洋军：当时入侵中国的英法等国军队。

⑭山林炮台：山林中用于架大炮的大树丫。当时沥尾有两门大炮防御外贼，分置于南闸门和北闸门，战时可集中使用。后到梁正春任乡长时（约1916—1917年）卖给前来采贝壳的广东船。

⑮宁海副总：从清代光绪十四年（1888年）以苏光清为代表的卖田立契中，获知立契断卖田人里役副总苏光清、乡长杜胜利、吴有宝等在海宁府万宁州宁海总米木山社（即今巫头村）福安村居住。又据契文落款"顺卖原副总苏光清记"，知其已退职回乡。（见"采集卖田契附页"）

⑯邪道贼：信邪教者。

⑰闸门：村子里出入的扉门。

⑱高山：东闸门边的高山庙。

⑲勒古木：又称野菠萝木、凤梨树。勒古木长得较高，叶带刺，能结果。沥尾海岸及水沟处多有这种树。

⑳深沟：沥尾南面海边一凹处，由岛上流出海的水沟及涨落潮的海水相互冲刷而成的低洼地。

㉑安南人：今越南人。

㉒指苏光清借鸟击鼓的战术。

㉓村里卖的土地名叫“小坡塘”，据当时卖田契复印件得知。

㉔联辞：指苏光清于1888年在新建的哈亭题写的“古在南邦成原例山河之永固，今朝北国敬严存社稷之遗风”，横批“圣躬万岁”。

㉕该文件在新中国成立后存放于哈亭，后在梁达茂任民兵营长时认为各民族已和平相处而不应留下，故烧毁。

㉖指潭吉、江龙海沟深处，包括江龙海沟以东的山心岛、潭吉沟以西及此海沟伸向长山、榕树头东南的巫头岛。

㉗白苏：白苏公海石礁，位于沥尾南海岸出约12海里处。新中国刚成立时，广西省政府颁布规定，重申此海域为京族捕捞作业区域，禁止其他拖船进入此海域作业。

说明：

此故事由沥尾村阮进余、黄德坤（男，90岁）、苏权业（男，73岁）、苏维绍（男，75岁）等人传唱，苏凯于2000年采集，黄德坤录音。苏维芳后编写为苏氏家族的“苏光清朝拜文”。

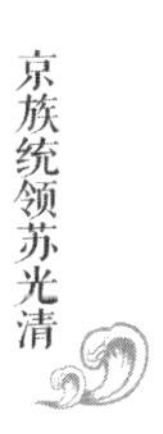

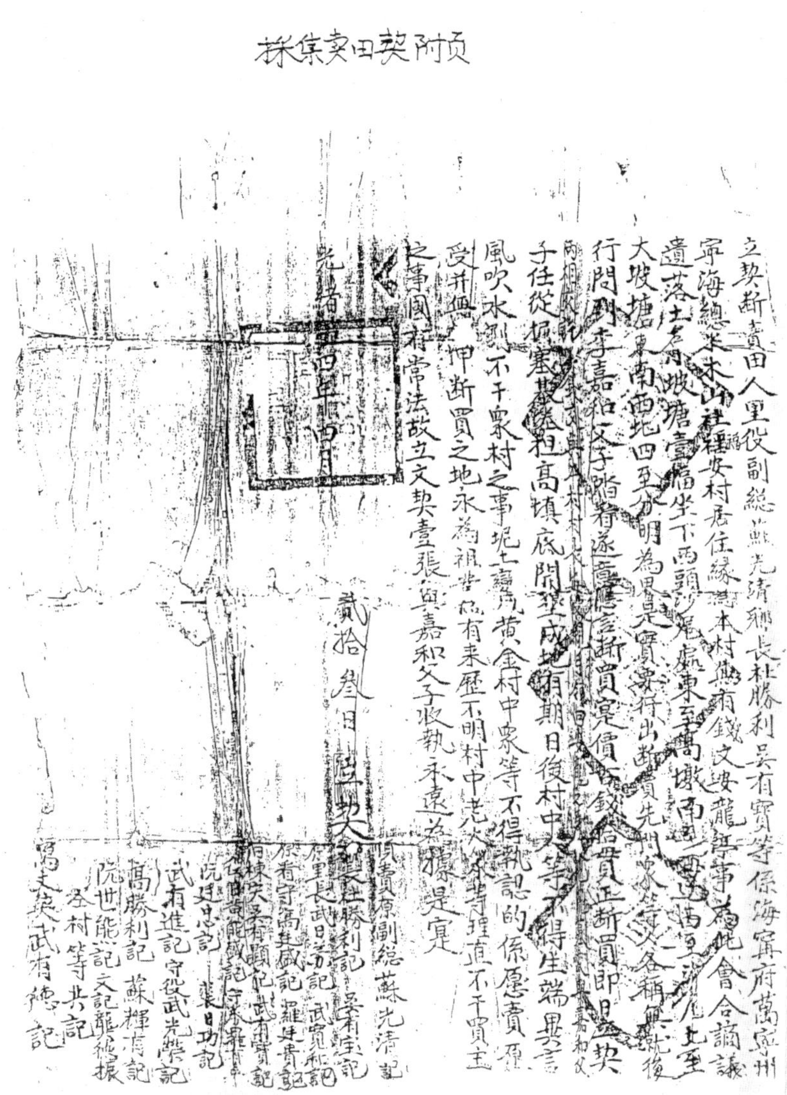

採集賣田契附页

立契斷賣田人里役副總蘇光清鄉長杜勝利吳有寶等係海寧府萬寧州
寧海總[illegible]山社福安村居住緣[illegible]本村無有錢文接龍亭事為此會合譊議
遺落土名[illegible]塘壹處坐下西頭沙尾處東至萬墩南至[illegible]西至[illegible]北至
大坡塘東南西北四至分明為界是實要行出斷賣先問[illegible]各稱無[illegible]後
行問到李嘉和父子賠得遂意應諾斷買定價[illegible]錢[illegible]貫正斷買即日立契
子任從耕塞[illegible]祖高墳底開墾成地有期日後村中人等不得生端異言
風吹水溺不干衆村之事此七[illegible]黃金村中衆等不得執認的係愿責[illegible]
受并無押斷買之地永為祖業如有來歷不明村中老大等理直不干買主
之事國有常法故立文契壹張與嘉和父子收執永遠為據是寔
光緒[illegible]四年[illegible]四月貳拾叁日[illegible]契人[illegible]

同賣原副總蘇光清記
鄉長杜勝利記 吳有寶記
原里長武日功記 武寶和記
原看守高廷威記 羅廷貴記
同棟[illegible]有顯記 武有寶記
[illegible]記 守[illegible]
阮廷忠記 [illegible]日功記
武有進記 守役武光榮記
高勝利記 蘇輝清記
阮世能記 文記龍福振
各村等共記
寫契武有德記